# ગુજરાતી વાર્તા



વિવેક કુમાર પાંડે શંભુનાથ

મારું નામ વિવેક કુમાર પાંડે છે અને હું એક લેખક છું, હું સુરત, ગુજરાત માં રહું છું. મારો જન્મ 30 સપ્ટેમ્બર 2002 માં થયો હતો, અને હું બાળપણથી એક્ટર બનવાનું સપનું જોતો હતો અને હજુ પણ જોઉં છું.. હું ક્યારેય વિચારતો નથી કે લોકો શું કરી રહ્યા છે,આજે હું સફળ છું, મારા પિતાના કારણે . આજે મારા પપ્પા મારી સાથે હોય તો તેમણે ખૂબ ખૂશી મળતું.

મારા પપ્પા હંમેશા મારી સાથે રહેશે. મારા વાસ્તવિક જીવનનો સુપરસ્ટાર અને સુપરહીરો મારા પ્રિય પપ્પા છે. આઈ લવ યુ પપ્પા ,પપ્પાને મારા હાથની ચા ખૂબ ગમતી.

# સામગ્રી

# સામગ્રી

# પ્રસ્તાવના

આ કિતાબ માં ગુજરાતી વાર્તા છે. વાર્તા તો બધા છોકરાઓ ને ગમે છે . લગભગ 40 થી વધારે વાર્તાઓ આ કિતાબ માં છે. આ પુસ્તક લખતી વખતે કોઈ વ્યક્તિ, સમાજ કે સંસ્કૃતિને ઠેસ પહોંચી નથી. આ એક કાલ્પનિક લેખક વાર્તા છે જે વિવેક કુમાર પાંડે શંભુનાથ દ્વારા લખવામાં આવી છે.

# 1

# કાબર અને કાગડો

એક હતી કાબર અને એક હતો કાગડો.

બન્ને વચ્ચે દોસ્તી થઈ.

કાબર બિચારી ભલી અને ભોળી હતી, પણ કાગડો હતો આળસુ અને ઢોંગી.

કાબરે કાગડાને કહ્યું - કાગડાભાઈ, કાગડાભાઈ ! ચાલોને આપણે ખેતર ખેડીએ ! દાણા સારા થાય તો આખું વરસ ચણવા જવું ન પડે અને નિરાંતે ખાઈએ.

કાગડો કહે - બહુ સારું; ચાલો.

પછી કાબર અને કાગડો પોતાની ચાંચોથી ખેતર ખેડવા લાગ્યાં.

થોડી વાર થઈ ત્યાં કાગડાની ચાંચ ભાંગી એટલે કાગડો લુહારને ત્યાં તે ઘડાવવા ગયો. જતાં જતાં કાબરને કહેતો ગયો - કાબરબાઈ ! તમે ખેતર ખેડતાં થાઓ, હું હમણાં ચાંચ ઘડાવીને આવું છું.

કાબર કહે - ઠીક.

પછી કાબરે તો આખું ખેતર ખેડી નાખ્યું પણ કાગડાભાઈનો પત્તો ન લાગે. એ તો પાછા આવ્યાં જ નહિ.

કાગડાભાઈની દાનત ખોટી હતી એટલે ચાંચ તો ઘડાવી પણ કામ કરવાની આળસે ઝાડ પર બેઠા બેઠા લુહાર સાથે ગપ્પાં મારવા લાગ્યા.

કાબર તો કાગડાની રાહ જોઈ થાકી ગઈ એટલે કાગડાને બોલાવવા ગઈ. જઈને કાગડાને કહે - કાગડાભાઈ, કાગડાભાઈ ! ચાલો

ને ! ખેતર તો ખેડાઈ ગયું. હવે આપણે વાવીએ.

કાગડો કહે -

ઠાગાઠૈયા કરું છું,

ચાંચુડી ઘડાવું છું,

જાવ, કાબરબાઈ ! આવું છું.

કાબર પાછી ગઈ અને એણે તો વાવવાનું કામ શરૂ કર્યું.

કાબરે રૂપાળો બાજરો વાવ્યો. થોડા દિવસમાં એ એવો તો સુંદર ઊગી નીકળ્યો કે બસ !

એટલામાં નીંદવાનો વખત થયો વળી કાબરબાઈ કાગડાને બોલાવવા ગઈ. જઈને કાગડાને કહે - કાગડાભાઈ, કાગડાભાઈ ! ચાલો, ચાલો; બાજરો બહુ સારો ઊગ્યો છે. હવે જલદી નીંદવું જોઈએ, નહિતર મોલને નુકસાન થશે.

આળસુ કાગડાએ ઝાડ ઉપરથી કહ્યું :

ઠાગાઠૈયા કરું છું,

ચાંચુડી ઘડાવું છું,

જાવ, કાબરબાઈ ! આવું છું.

કાબર તો પાછી ગઈ અને એકલીએ ખેતર આખું નીંદી નાખ્યું.

વખત જતાં કાપણીનો સમય આવ્યો એટલે કાબર વળી કાગડાભાઈને બોલાવવા ગઈ. જઈને કાગડાને કહે - કાગડાભાઈ ! હવે તો ચાલો, કાપણીનો વખત થયો છે. મોડું કાપશું તો નુકસાન થશે.

લુચ્ચા કાગડાએ કહ્યું -

ઠાગાઠૈયા કરું છું,

ચાંચુડી ઘડાવું છું,

જાવ, કાબરબાઈ ! આવું છું.

કાબરબાઈ તો નિરાશ થઈ પાછી ગઈ. અને ખિજાઈને એકલીએ આખા ખેતરની કાપણી કરી નાખી.

પછી તો કાબરે બાજરીનાં ડુંડાંમાંથી બાજરો કાઢ્યો અને એક કોર બાજરાનો એક ઢગલો કર્યો, અને બીજી કોર એક મોટો ઢૂંસાંનો ઢગલો કર્યો. અને એ ઢૂંસાંના ઢગ પર થોડોક બાજરાનો પાતળો થર પાથરી દીધો જેથી ઢૂંસાંનો ઢગલો બાજરાના ઢગલા જેવો જ દેખાય.

પછી તે કાગડાને બોલાવવા ગઈ. જઈને કહે - કાગડાભાઈ ! હવે તો ચાલશો ને ? બાજરાના બે ઢગલા તૈયાર કર્યા છે. તમને ગમે તે ભાગ તમે રાખજો. વગર મહેનતે બાજરાનો ભાગ મળશે એ જાણી કાગડાભાઈ તો ફુલાઈ ગયા.

તેણે કાબરને કહ્યું - ચાલો બહેન ! તૈયાર જ છું. હવે મારી ચાંચ ઘડાઈને બરાબર થઈ ગઈ છે.

કાબર મનમાં ને મનમાં બોલી - તમારી ખોટી દાનતનાં ફળ હવે બરાબર ચાખશો, કાગડાભાઈ !

પછી કાગડો અને કાબર ખેતરે આવ્યાં. કાબર કહે - ભાઈ ! તમને ગમે તે ઢગલો તમારો..

કાગડાભાઈ તો મોટો ઢગલો લેવાને માટે ઢૂંસાંવાળા ઢગલા ઉપર જઈને બેઠા. પણ જ્યાં બેસવા જાય ત્યાં ભાઈસાહેબના પગ ઢૂંસાંમાં ખૂંતી ગયાં અને આંખમાં, કાનમાં ને મોઢામાં બધે ઢૂંસાં ભરાઈ ગયાં અને કાગડાભાઈ મરણ પામ્યા !

પછી કાબરબાઈ બાજરો ઘેર લઈ ગઈ. અને ખાધું, પીધું ને મોજ કરી.

# 2

# મા ! મને છમ વડું

એક હતો બ્રાહ્મણ ને એક હતી બ્રાહ્મણી. એમને હતી સાત છોડીઓ.

બ્રાહ્મણ ઘરનો બહુ જ ગરીબ. રોજ બિચારો સાત ગામ માગે ત્યારે માંડ માંડ પેટનું પૂરું થાય.

એક દિવસ બ્રાહ્મણને વડાં ખાવાનું મન થયું. એણે બ્રાહ્મણીને કહ્યું - આજ તો વડાં ખાવાનું મન થયું છે.

બ્રાહ્મણીએ કહે - પણ બધાંયને થાય એટલો લોટ ઘરમાં નથી. પાંચ-સાત વડાં થાય એટલો લોટ માંડ માંડ નીકળે તો પણ ઘણું.

બ્રાહ્મણ કહે - ત્યારે કંઈ નહિ; વાત માંડી વાળો.

બ્રાહ્મણી કહે - ના, એમ નહીં. પરમ દહાડે ધોળી કાકી થોડાંક વડાં આપી ગયાં હતાં તે મેં ને છોડીઓએ ચાખ્યા છે; એક તમે રહી ગયા છો. છોડીઓને વાળુ કરીને સૂઈ જવા દો. પછી હું તમને પાંચ-સાત પાડી આપીશ. મારે કંઈ ખાવાં નથી એટલે તમે એટલાં વડાં ખાઈને પાણી પીશો તો પેટ ભરાશે.

બ્રાહ્મણ કહે - ભલે, પણ તુંએ એકાદ-બે ચાખજે ને.

બ્રાહ્મણી કહે - સારું.

રાત પડી ને છોડીઓ સૂઈ ગઈ પછી બ્રાહ્મણીએ હળવેથી ઊઠીને ચૂલો સળગાવ્યો. પછી ચૂલા ઉપર લોઢી મૂકીને ઉપર ટીપૂંક તેલ મૂક્યું. પછી વડાંનો લોટ ડોઈને વડાં કરવા બેઠી. જ્યાં પહેલું વડું લોઢીમાં મૂક્યું ત્યાં 'છમ, છમ' થયું. આ 'છમ છમ'નો અવાજ સાંભળી એક છોડી

જાગી ને કહે - મા ! મને છમ વડું.

મા કહે - સૂઈ જા, સૂઈ જા, આ લે એક વડું. જોજે બીજી જાગે નહીં. પહેલી છોડી તો એક વડું ખાઈને પાણી પીને સૂતી.

માએ તો બીજું વડું મૂક્યું. ત્યાં તો પાછું 'છમ છમ' થયું. બીજી છોડી જાગી ને કહે - મા ! મને છમ વડું.

મા કહે - લે સૂઈ જા, સૂઈ જા. જોજે બીજી બહેન જાગશે. બીજી છોડી વડું ખાઈને સૂઈ ગઈ.

બ્રાહ્મણીએ બ્રાહ્મણની સામે જોયું. બ્રાહ્મણ કહે - હશે, એ તો છોકરાં છે ને !

પછી માએ ત્રીજું વડું મૂક્યું; પણ ત્યાં તો પાછું છમ, છમ, છમ ! 'છમ છમ' સાંભળી વળી એક છોડી જાગી ને કહે - મા ! મને છમ વડું.

મા કહે - લે. વળી તું ક્યાં જાગી ! લે આ વડું; ખાઈને સૂઈ જજે. જોજે બીજીને જગાડતી નહિ.

ત્રણ વડાં તો ખવાઈ ગયાં. હવે ચાર વડાંનો લોટ રહ્યો. બ્રાહ્મણીએ ચોથું વડું મૂક્યું. વળી પાછું વડું તો 'છમ છમ છમ' બોલ્યું. 'છમ છમ' થતું સાંભળી ચોથી છોડી જાગી ને એનેય વડું આપીને માએ સુવાડી દીધી. પછી તો પાંચમી છોડી જાગી ને પાંચમું વડું એને આપવું પડ્યું. તે પછી વળી છઠ્ઠી છોડી જાગી ને છઠ્ઠું વડું એના ભાગે ગયું. ને છેવટે સાતમું વડું સાતમી છોકરીએ ખાધું. ત્યાં તો બધો લોટ ખલાસ થઈ ગયો !

બ્રાહ્મણ-બ્રાહ્મણીએ વડાં ન ખાધાં ને પાણી પીને સૂઈ ગયાં.

# 3

# પોપટ ભૂખ્યો નથી, તરસ્યો નથી

એક હતો પોપટ. પોપટ બહુ જ ભલો ને ડાહ્યો હતો.

એક દિવસ પોપટને એની મા કહે - ભાઈ, કમાવા જા ને !

પોપટ તો 'ઠીક' કહી કમાવા ચાલ્યો. ચાલતાં ચાલતાં ખૂબ દૂર ગયો ત્યાં એક મોટું સરોવર આવ્યું. સરોવરની પાળે એક મજાનો આંબો હતો. તેના ઉપર પોપટ બેઠો.

આંબે કાચી અને પાકી ઘણી બધી કેરીઓ આવેલી. પોપટ કેરીઓ ખાય, આંબાડાળે હીંચકે ને ટહૂકા કરે. ત્યાંથી એક ગાયોનો ગોવાળ નીકળ્યો. પોપટ ગાયોના ગોવાળને કહે -

એ ભાઈ ગાયોના ગોવાળ, ગાયોના ગોવાળ ! મારી માને એટલું કહેજે

પોપટ ભૂખ્યો નથી
પોપટ તરસ્યો નથી
પોપટ આંબાની ડાળ
પોપટ સરોવરની પાળ
પોપટ કાચી કેરી ખાય
પોપટ પાકી કેરી ખાય
પોપટ ટહૂકા કરે

ગોવાળ કહે - બાપુ ! આ ગાયો રેઢી મૂકીને હું તે તારી બાને કહેવા ક્યાં જાઉં ? તારે જોઈતી હોય તો આમાંથી એક સારી મજાની ગાય લઈ લે. પોપટે તો એક ગાય લીધી ને આંબાના થડે બાંધી દીધી.

થોડીક વાર થઈ ત્યાં તો ત્યાંથી ભેંશોનો ગોવાળ નીકળ્યો. પોપટ ભેંશોના ગોવાળને કહે -

એ ભાઈ ભેંશોના ગોવાળ, ભાઈ ભેંશોના ગોવાળ ! મારી માને એટલું કહેજે

પોપટ ભૂખ્યો નથી
પોપટ તરસ્યો નથી
પોપટ આંબાની ડાળ
પોપટ સરોવરની પાળ
પોપટ કાચી કેરી ખાય
પોપટ પાકી કેરી ખાય
પોપટ ટહૂકા કરે

ભેંશોનો ગોવાળ કહે - બાપુ ! મારાથી તો કહેવા નહિ જવાય. તારે જોઈએ તો આમાંથી એક પાડિયાળી ભેંશ લઈ લે. પોપટે તો એક સારી મજાની ભેંશ લીધી ને આંબાના થડે બાંધી.

થોડીક વાર થઈ તો ત્યાંથી બકરાંનો ગોવાળ નીકળ્યો. પોપટ બકરાંના ગોવાળને કહે -

એ ભાઈ બકરાંના ગોવાળ, બકરાંના ગોવાળ ! મારી માને એટલું કહેજે

પોપટ ભૂખ્યો નથી
પોપટ તરસ્યો નથી
પોપટ આંબાની ડાળ
પોપટ સરોવરની પાળ
પોપટ કાચી કેરી ખાય
પોપટ પાકી કેરી ખાય
પોપટ ટહૂકા કરે

બકરાંનો ગોવાળ કહે - અરે બાપુ ! આ બકરાં રેઢા મૂકીને મારાથી તારી માને કહેવા નહિ જવાય. તારે જોઈએ તો બે-ચાર બકરાં લઈ લે. પોપટે તો બે-ચાર રૂપાળાં બકરાં લઈ લીધાં ને આંબાના થડે બાંધી

દીધાં.

વળી ત્યાંથી ઘેટાંનો ગોવાળ નીકળ્યો. ઘેટાંના ગોવાળે પોપટને ચાર-પાંચ ઘેટાં આપ્યા.

પછી તો ત્યાંથી ઘોડાનો ગોવાળ, હાથીનો ગોવાળ અને સાંઢિયાનો ગોવાળ એક પછી એક નીકળ્યા. ઘોડાના ગોવાળે પોપટને એક ઘોડો આપ્યો. હાથીના ગોવાળે પોપટને એક હાથી આપ્યો. સાંઢિયાના ગોવાળે પોપટને એક સાંઢિયો આપ્યો.

પછી પોપટ તો ગાય, ભેંશ, બકરાં, ઘેટાં, ઘોડો, હાથી ને સાંઢિયો બધાંયને લઈને એક મોટા શહેરમાં આવ્યો. બધાંયને વેચી નાખ્યા એટલે એને તો ઘણાં બધા રૂપિયા મળ્યા. થોડાક રૂપિયાનું એણે સોનુ-રૂપું લીધું ને તેના ઘરેણાં ઘડાવ્યાં.

પછી એણે ઘરેણાં નાકમાં, કાનમાં ને ચાંચમાં પહેર્યા; બીજા રૂપિયાને પાંખમાં અને ચાંચમાં ભર્યા. પછી પોપટભાઈ ઘર ભણી ચાલ્યા. આવતાં આવતાં મોડી રાત થઈ ગઈ. ઘરનાં બધાં ઊંઘી ગયાં હતાં. પોપટે તો સાંકળ ખખડાવી માને સાદ કરીને કહ્યું -

મા, મા !
બારણાં ઉઘાડો
પાથરણાં પથરાવો
ઢોલીડા ઢળાવો
શરણાઈઓ વગડાવો
પોપટભાઈ પાંખ ખંખેરે.

મા બિચારી આખો દિવસ ઘરનું કામ કરી કરીને ખૂબ થાકી ગઈ હતી. કોણ આવ્યું છે તે એને બરાબર સમજાયું નહિ. એને થયું અત્યારે કોઈ ચોરબોર આવ્યો હશે ને ખોટું ખોટું બોલતો હશે. એણે તો બારણાં ઉઘાડ્યાં નહિ. પછી પોપટ કાકીને ઘેર ગયો. કાકીને ઘેર જઈને કહે -

કાકી, કાકી !
બારણાં ઉઘાડો
પાથરણાં પથરાવો
ઢોલીડા ઢળાવો
શરણાઈઓ વગડાવો
પોપટભાઈ પાંખ ખંખેરે.

કાકીએ તો સૂતાં સૂતાં જ સંભળાવી દીધું - અત્યારે અડધી રાતે કોઈ બારણાં ઉઘાડતું નથી. આવવું હોય તો સવારે આવજે. પછી પોપટ પોતાની બહેનના ઘેર ગયો. જઈને કહે -

બહેન, બહેન !

બારણાં ઉઘાડો

પાથરણાં પથરાવો

ઢોલીડા ઢળાવો

શરણાઈઓ વગડાવો

પોપટભાઈ પાંખ ખંખેરે.

બહેન કહે - અત્યારે કાળી રાતે તે મારો ભાઈ ક્યાંથી હોય ? ભાગી જા ! તું તો કોઈ ચોર લાગે છે. પછી પોપટ તો માસી, ફોઈબા વગેરે ઘણાં સગાંવહાલાંને ઘેર ગયો પણ કોઈએ બારણાં ઉઘાડ્યાં નહિ.

છેવટે પોપટ એની મોટીબાને ત્યાં ગયો. એની મોટીબા એને ખૂબ વહાલ કરતાં હતા.

મોટીબાએ તો તરત પોપટનો સાદ ઓળખ્યો. તે કહે - આવી ગયો, મારા દીકરા ! આ આવી; લે બારણાં ઉઘાડું છું, બાપુ ! પછી બારણાં ઉઘાડ્યાં એટલે પોપટભાઈ અંદર આવ્યા અને મોટીબાને પગે લાગ્યા. મોટીબાએ એના દુખણાં લીધાં.

પછી તો મોટીબાએ પોપટ માટે પાથરણાં પથરાવ્યાં, ઢોલીડાં ઢળાવ્યાં ને ઉપર સુંવાળા સુંવાળા ગાદલાં પથરાવ્યાં. પછી કહે - દીકરા ! જરા અહીં બેસજે, હોં. હમણાં શરણાઈવાળાને બોલાવું છું. મોટીબા તરત ત્રણ ચાર શરણાઈવાળાને બોલાવી લાવ્યા. શરણાઈયું પૂઉંઉંઉં કરતી વાગવા માંડી.

પોપટભાઈ તો ખુશ ખુશ થઈ ગયા ને પાંખમાંથી ને ચાંચમાંથી રૂપિયા ખંખેરવા લાગ્યા. થોડી વારમાં તો આખું ઘર રૂપિયાથી ભરાઈ ગયું. પોપટભાઈ આટલા બધાં રૂપિયા કમાઈને આવ્યા એ જોઈ મોટીબા પણ ખૂબ રાજી થયા.

શરણાઈ સાંભળતાં સાંભળતાં પોપટભાઈને ઊંઘ આવી ગઈ. સવારે ઊઠીને મોટીબાએ પોપટભાઈની માને બોલાવી પોપટભાઈના રૂપિયા - ઘરેણાં એને આપી દીધા અને પોપટભાઈને જવાનું મન નહોતું તો પણ પરાણે માની સાથે એના ઘેર મોકલાવી દીધા.

# 4

# દલો તરવાડી

એક હતો તરવાડી. એનું નામ હતું દલો.

દલા તરવાડીની વહુને રીંગણાં બહુ ભાવે. એક દિવસ દલા તરવાડીની વહુએ દલા તરવાડીને કહ્યું – તરવાડી રે તરવાડી !

તરવાડી કહે – શું કહો છો ભટ્ટાણી ?

ભટ્ટાણી કહે – રીંગણાં ખાવાનું મન થયું છે. રીંગણાં લાવોને, રીંગણાં ?

તરવાડી કહે – ઠીક.

તરવાડી તો પછી હાથમાં ખોખરી લાકડી લઈ ઠચૂક ઠચૂક ચાલ્યા. નદીકાંઠે એક વાડી હતી ત્યાં ગયા; પણ વાડી એ કોઈ ન હતું. તરવાડીએ વિચાર કર્યો કે હવે કરવું શું ? વાડીનો ધણી અહીં નથી અને રીંગણાં કોની પાસેથી લેવાં ?

છેવટે તરવાડી કહે – વાડીનો ધણી નથી તો વાડી તો છે ને ! ચાલો, વાડીને જ પૂછીએ.

દલો કહે – વાડી રે બાઈ વાડી !

વાડી ન બોલી એટલે પોતે જ કહ્યું – શું કહો છો, દલા તરવાડી ?

દલો કહે – રીંગણાં લઉ બે-ચાર ?

ફરી વાડી ન બોલી એટલે વાડીને બદલે દલો કહે – લે ને દસ-બાર !

દલા તરવાડીએ રીંગણાં લીધાં અને ઘેર જઈ તરવાડી તથા ભટ્ટાણીએ ઓળો કરી ને ખાધો. ભટ્ટાણીને રીંગણાંનો સ્વાદ લાગ્યો, એટલે તરવાડી રોજ વાડીએ આવે ને ચોરી કરે.

વાડીમાં રીંગણાં ઓછા થવા લાગ્યાં.વાડીના ધણીએ વિચાર કર્યો કે જરૂર કોઈ ચોર હોવો જોઈએ; તેને પકડવો જોઈએ. એક સાંજે વાડીનો માલિક ઝાડ પાછળ સંતાઈને ઊભો. થોડી વારમાં દલા તરવાડી આવ્યા અને બોલ્યા - વાડી રે બાઈ વાડી !

વાડીને બદલે દલો કહે - શું કહો છો, દલા તરવાડી ?

દલો કહે – રીંગણા લઉં બે-ચાર ?

ફરી વાડી ન બોલી.એટલે વાડીને બદલે દલો કહે - લે ને દસ-બાર !

દલા તરવાડી એ તો ફાંટ બાંધીને રીંગણાં લીધાં. અને જ્યાં ચાલવા જાય છે ત્યાં તો વાડીનો ધણી ઝાડ પાછળથી નીકળ્યો ને કહે – ઊભા રહો, ડોસા ! રીંગણાં કોને પૂછીને લીધાં ?

દલો કહે – કોને પૂછીને કેમ ? આ વાડીને પૂછીને લીધાં.

માલિક કહે – પણ વાડી કાંઈ બોલે ?

દલો કહે – વાડી નથી બોલતી પણ હું બોલ્યો છું ના ?

માલિક ઘણો ગુસ્સે થયો અને દલા તરવાડીને બાવડે ઝાલી એક કૂવા પાસે લઈ ગયો. દલા તરવાડીને કેડે એક દોરડું બાંધી તેને કૂવામાં ઉતાર્યો. પછી માલિક જેનું નામ વશરામ ભૂવો હતું તે બોલ્યો – કૂવા રે ભાઈ કૂવા !

કૂવાને બદલે વશરામ કહે – શું કહો છે વશરામ ભૂવા ?

વશરામ કહે – ડબકાં ખવરાવું બે-ચાર ?

કૂવાને બદલે વશરામ બોલ્યો – ખવરાવ ને, ભાઈ ! દસ-બાર.

દલા તરવાડીના નાકમાં અને મોમાં પાણી પેસી ગયું, તેથી દલો તરવાડી બહુ કરગરીને કહેવા લાગ્યો - ભાઈસા'બ ! છોડી દે. હવે કોઈ દિવસ ચોરી નહી કરું. આજ એક વાર જીવતો જવા દે; તારી ગાય છું !

પછી વશરામ ભૂવાએ દલા તરવાડીને બહાર કાઢ્યા અને જવા દીધા. તરવાડી ફરી વાર ચોરી કરવી ભૂલી ગયા ને ભટ્ટાણીનો રીંગણાંનો સ્વાદ સુકાઈ ગયો.

# 5

# પેમલો પેમલી

એક હતો પેમલો ને એક હતી પેમલી.

લાકડાં કાપવાથી થાકીપાકી પેમલો સાંજે ઘેર આવ્યો અને પેમલીને કહ્યું - પેમલી ! આજ તો થાકીને લોથ થઈ ગયો છું. જો મને પાણી ઊનું કરી આપે તો નાહીને પગ ઝારું અને થાક ઉતારું.

પેમલી કહે - કોણ ના કહે છે ? લો પેલો હાંડો; ઊંચકો જોઈએ !

પેમલે હાંડો ઊંચક્યો ને કહે - હવે ?

પેમલી કહે - હવે બાજુના કુવામાંથી પાણી ભરી આવો.

પેમલો પાણી ભરી આવ્યો ને કહે - હવે ?

પેમલી કહે - હવે હાંડો ચૂલે ચડાવો.

પેમલે હાંડો ચૂલે ચડાવ્યો ને કહે - હવે ?

પેમલી કહે - હવે લાકડાં સળગાવો.

પેમલે લાકડાં સળગાવ્યાં ને કહે - હવે ?

પેમલી કહે - હવે ફૂંક્યા કરો; બીજું શું ?

પેમલે ચૂલો ફૂંકીને તાપ કર્યો ને કહે - હવે ?

પેમલી કહે - હવે હાંડો નીચે ઉતારો.

પેમલે હાંડો નીચે ઉતાર્યો ને કહે - હવે ?

પેમલી કહે - હવે હાંડો ખાળે મૂકો.

પેમલે હાંડો ખાળે મૂક્યો ને કહે - હવે ?

પેમલી કહે - જાઓ હવે નાહી લો.

પેમલો નાહ્યો ને પછી કહે - હવે ?

પેમલી કહે - હવે હાંડો ઠેકાણે મૂકો.

પેમલે હાંડો ઠેકાણે મૂક્યો અને પછી શરીરે હાથ ફેરવતો ફેરવતો બોલ્યો - હાશ ! જો, શરીર કેવું મજાનું હળવુંફૂલ થઈ ગયું ! રોજ આમ પાણી ઊનું કરી આપતી હો તો કેવું સારું !

પેમલી કહે - હું ક્યાં ના પાડું છું? પણ આમાં આળસ કોની?

પેમલો કહે - આળસ મારી ખરી; પણ હવે નહિ કરું.

પેમલી કહે - તો ઠીક, હવે શાન્તિથી સૂઈ જાઓ.

# 6

# સામસામી ખેંચાણી ને

એક હતો વાણિયો. વીરચંદ એનું નામ.

ગામડામાં રહે. હાટડી માંડે ને રળી ખાય. ગામમાં કાઠી અને કોળીઓને વઢવાડ; બાપદાદાનું વેર.

એક દિવસ કાઠી કથળ્યા અને કોળી ઉમટ્યા. સામસામી તલવારો ખેંચી બજાર વચ્ચે ઊતરી પડ્યા. કાઠીએ જમૈયો કાઢી કોળી પર ઘા કર્યો. કોળી ખસી ગયો ને કાઠી પર કૂદ્યો; એક ઘાએ કાઠીનું ડોકું હેઠું પડ્યું ને તલવાર લોહીલોહાણ.

વાણિયો તો મારામારી જોઈ હબકી ગયો. હાટડી બંધ કરીને અંદર પેઠો. અંદરથી બધું જોતો હતો ને ધ્રૂજતો હતો. ખૂન થયું, કાઠીનું ખૂન થયું; દોડો રે દોડો ! એવી બૂમ પડી. આમથી તેમથી સિપાઈસપરાં દોડી આવ્યાં; ગામધણી ને મુખી પણ આવ્યા. બધા કહે - આ તો રઘા કોળીનો ઘા. બીજા કોઈની હામ નહિ ! પણ કોરટ-કચેરીનું કામ એટલે શાહેદી વિના કેમ ચાલે ?

કોઈ કહે - આ વીરચંદ શેઠ હાટડીમાં હતા. એ આપણા સાક્ષી. ભાળ્યું ન ભાળ્યું એ જાણે. હાટડીમાં તો હતા ને ?

વાણિયાને તો પકડી મંગાવ્યો ને કર્યો હાજર ફોજદાર પાસે. ફોજદારે પૂછ્યું - બોલ વાણિયા ! તું શું જાણે છે ?

વાણિયો કહે - બાપજી ! મને તો કશી વાતની ખબર નથી. હું તો હાટડીમાં બેસી નામું લખતો હતો.

ફોજદાર કહે - બસ, તારે જુબાની આપવી જ પડશે. કહેવું પડશે કે બધું મેં નજરોનજર ભાળ્યુ છે.

વાણિયો મૂંઝાણો. ડોકું હલાવી ઘેર ગયો. રાત પડી પણ ઊંઘ આવે નહિ. આમ કહીશ તો કોળી સાથે વેર થશે ને આમ કહીશ તો કાઠી વાંસે પડશે. છેવટે વાણિયે મનમાંને મનમાં કૈંક વિચાર કરી રાખ્યો.

બીજે દિવસે કેસ ચાલ્યો. ન્યાયાધિશ કહે - વાણિયા ! બોલ. ખોટું બોલે એને પરભુ પૂછે. બોલ જોઈએ. ખૂન કેમ થયું ને કોણે કર્યું ?

વાણિયો કહે - સાહેબ !

અહીંથી કાઠી કબકબ્યા ને
ત્યાંથી કોળી હમહમ્યા.

- પછી ?

- પછી ઈનું ઈ.

- પણ ઈનું ઈ શું ?

- સાહેબ !

અહીંથી કાઠી કબકબ્યા ને
ત્યાંથી કોળી હમહમ્યા.

- પણ પછી ?

- પછી ?

પછી તો સામસામી ખેંચાણી ને
મારી આંખ મીંચાણી.

એમ કહીને વાણિયો તો કોરટ વચ્ચે જ ફસકાઈને પડી ગયો ને બોલ્યો - અરે સાહેબ ! અમે વાણિયા. લોહીનો ત્રસકો ય જોઈ ન શકીએ. ઈ સામસામી ખેંચાણી અને મને તમ્મર તે એવી આવી ગઈ કે પછી સિપાઈસપરા ભેળા થયા ત્યારે જ શુદ્ધિ આવી.

ન્યાયાધિશ કહે - ઠીક; હવે ફરી વાર તારી જુબાની બોલી જા જોઈએ ?

વાણિયો કહે -

અહીંથી કાઠી કબકબ્યા ને
ત્યાંથી કોળી હમહમ્યા
સામસામી ખેંચાણી ને
મારી આંખ મીંચાણી.

ન્યાયાધિશે આખરે વાણિયાને રજા આપી ને કાઠીને કોણે માર્યો તે સમજાયું નહિ એટલે કેસ આખો ઊડી ગયો.

# 7

# ટીડા જોશી

એક હતો જોશી. એનું નામ ટીડા જોશી.

એને જોશ જોતાં ન આવડે પણ ખોટો ખોટો દેખાવ કરી પૈસા કમાઈ લે.

એક દિવસ ટીડા જોશી એક ગામથી બીજે ગામ જવા નીકળ્યા. રસ્તામાં બે ધોળા બળદને એક ખેતરમાં ચરતાં દીઠા. આ વાત એને યાદ રહી ગઈ.

જોશીજી તો ગામમાં ગયા અને એક પટેલને ત્યાં ઉતારો કર્યો. ત્યાં એક કણબી-કણબણ આવ્યાં ને જોશીને કહે - જોશી મહારાજ ! અમારા બે ધોળા બળદ ખોવાયા છે. તે કઈ દિશામાં ગયા હશે તેનું જોશ ઝટ ઝટ જોઈ આપો ને?

જોશીએ તો હોઠ ફફડાવી એક જૂના સડી ગયેલા ટીપણામાં જોઈને કહ્યું - પટેલ ! તમારા બળદ આથમણી સીમમાં ફલાણા ખેતરમાં છે, ત્યાંથી લઈ આવો. પટેલ તો બતાવેલા ખેતરે ગયો એટલે તેને બળદ મળી ગયા. તે ઘણો રાજી થયો અને તેણે ટીડા જોશીને સારી ભેટ ધરી ખુશ કર્યા.

બીજે દિવસે રાત્રે ટીડા જોશીની પરીક્ષા કરવા ઘરધણીએ પૂછ્યું - મહારાજ ! તમારું જોશ સાચું હોય તો કહો, આજે ઘરમાં કેટલા રોટલા થયા છે ?

બન્યું એવું કે ટીડા જોશીને કંઈ કામ ન હતું અને ઘરમાં નવરાધૂપ બેઠા હતા એટલે રોટલાના તાવડીમાં નાખતી વખતે થયેલા ટપાકા ગણતા હતા ! જોશીએ તો ટાઈમ પાસ કરવા ટપાકા ઉપરથી ગણી રાખેલું હતું કે કુલ તેર રોટલા થયેલા છે. સવાલ સાંભળી તેમણે જોશ જોવાનો ડોળ કરી કહ્યું - પટેલ આજે તમારા ઘરમાં તેર રોટલા થયા હતા.

પટેલે પટલાણીને પૂછી જોયું તો જોશીની વાત સાવ સાચી નીકળી. પટેલને તો બહુ નવાઈ લાગી.

આ બે બનાવથી જોશી મહારાજની કીર્તિ આખા ગામમાં ફેલાઈ, ને સૌ જોશી મહારાજ પાસે જોશ જોવરાવવા આવવા લાગ્યા. એટલામાં ત્યાંના રાજાની રાણીનો નવલખો હાર ખોવાયો. રાજાએ જોશીની કીર્તિ સાંભળી હતી, એટલે તેણે તેને તેડાવ્યો.

રાજાએ જોશીને કહ્યું - જુઓ, ટીડા મહારાજ ! રાણીનો હાર ક્યાં છે અથવા તો કોણ લઈ ગયું છે તે જોશ જોઈને કહો. હાર જડશે તો તમને ઘણા રાજી કરીશું.

જોશી મૂંઝાયા. જરા વિચારમાં પડ્યા. રાજાએ કહ્યું - આજની રાત તમે અહીં રહો, ને રાત આખી વિચાર કરીને સવારે કહેજો. પણ જોજો, જોશ ખોટું પડશે તો ઘાણીએ ઘાલીને તેલ કાઢીશ.

ટીડા જોશી તો વાળુ કરીને પથારીમાં પડ્યા પણ ઊંઘ ન આવે. જોશીના મનમાં ભય હતો કે નક્કી સવારે રાજા ઘાણીએ ઘાલીને મારું તેલ કાઢશે. નીંદર નહોતી આવતી એટલે તે નીંદરને બોલાવવા લાગ્યા - નીંદરડી ! આવ; નીંદરડી ! આવ.

હવે વાત એમ હતી કે રાજાની રાણી પાસે નીંદરડી નામની દાસી રહેતી હતી ને તેણે જ હાર ચોર્યો હતો. ટીડા જોશીને નીંદરડી ! આવ; નીંદરડી ! આવ, એવું બોલતાં એણે સાંભળ્યા એટલે તે એકદમ ગભરાઈ ગઈ. એને લાગ્યું કે ટીડા જોશી મારું નામ પોતાના જોશના બળે જાણી ગયા લાગે છે.

નીંદરડીએ બચી જવાનો વિચાર કરી સંતાડેલો હાર બહાર કાઢ્યો અને જોશી પાસે છાનીછપની ગઈ અને બોલી - મહારાજ ! લ્યો આ ખોવાયેલો હાર. હારનું ગમે તે કરજો પણ મારું નામ હવે લેશો નહિ.

ટીડા જોશી મનમાં ખુશ થયા કે આ ઠીક થયું; નીંદરને બોલાવતાં આ નીંદરડી આવી અને સામેથી હાર આપી ગઈ ! ટીડા જોશીએ નીંદરડીને કહ્યું - જો, આ હાર રાણીના ઓરડામાં તેના પલંગ નીચે મૂકી આવ.

સવાર પડી એટલે રાજાએ ટીડા જોશીને બોલાવ્યા. ટીડા જોશીએ તો ઢોંગ કરી એક-બે સાચા ખોટા શ્લોક બોલ્યા અને પછી આંગળીના વેઢા ગણી હોઠ ફફડાવી, લાંબું ટીપણું ઉખેડી બોલ્યા - રાજા ! રાણીનો હાર ક્યાંય ખોવાયો નથી. તપાસ કરાવો. રાણીના ઓરડામાં જ તેના પલંગની નીચે હાર પડ્યો છે, એમ મારા જોશમાં આવે છે.

તપાસ કરાવતાં હાર પલંગ તળેથી જ મળ્યો. રાજા ટીડા પર ખુશ થયો અને તેને સારું ઈનામ આપ્યું.

રાજાએ એક વાર ટીડા જોશીની વધારે પરીક્ષા કરવા એક યુક્તિ રચી. ટીડા જોશીને લઈને રાજા એક વાર જંગલમાં ગયો. જોશીની નજર બીજે હતી એટલી વારમાં રાજાએ પોતાની મૂઠીમાં એક ટીડળું પકડી લીધું, ને પછી પોતાની બંધ મૂઠી બતાવી ટીડાને કહ્યું - કહો ટીડાજી ! આ મૂઠીમાં શું છે ? જોજો, ખોટું પડશે તો માર્યા જશો !

ટીડા જોશી હવે પૂરા ગભરાયા. તેમણે વિચાર કર્યો કે હવે ભરમ ઉઘાડો થશે. હવે તો રાજા જરૂર મારશે. બીકમાંને બીકમાં બધી સાચી વાત રાજાને કહી દેવાને રાજાની માફી માગવા માટે બોલ્યા -

ટપટપ કરતાં તેર જ ગણ્યા
વાટે આવતા ધોરી મળ્યા;
નીંદરડીએ આપ્યો હાર
કાં રાજા ટીડાને માર ?

ટીડા જોશી જ્યાં, 'કાં રાજા ટીડાને માર ?' એમ બોલ્યા ત્યાં તો રાજાના મનમાં થયું કે જોશી મહારાજ તો ખરેખરા સાચા જોશી છે. રાજાએ તો પોતાના હાથમાંથી ટીડળું ઉડાડી કહ્યું - વાહ, જોશીજી ! તમે તો મારા હાથમાં ટીડળું હતું તે પણ જાણી ગયા !

ટીડા જોશી મનમાં સમજી ગયા કે આ તો મરતાં મરતાં બચ્યા ને સાચા જોશી ઠર્યા ! પછી રાજાએ જોશીને મોટું ઈનામ આપ્યું અને તેમને વિદાય કર્યા. ટીડા જોશીએ પણ તે દિવસ પછી જોશ જોવાનું બંધ કર્યું અને બીજા કામે વળગી, ખાઈ, પીને મજા કરી.

# 8

# ચલ ભંભોટિયા અપને ગામ

એક હતી ડોશી. તે પોતાની દીકરીની બહુ ચિંતા કરે.

ચિંતામાં ને ચિંતામાં ડોશી દુબળી પડી ગઈ. એક દિવસ પોતાની દીકરીને ત્યાં જવા તે નીકળી. જતાં જતાં રસ્તામાં જંગલ આવ્યું ને તેને સામે એક વાઘ મળ્યો. વાઘ કહે - ડોશી, ડોશી ! તને ખાઉં.

ડોશી કહે -

દીકરીને ઘેર જાવા દે,<br>
તાજીમાજી થાવા દે,<br>
શેર લોહી ચડવા દે;<br>
પછી મને ખાજે.

વાઘ કહે - ઠીક.

પછી ડોશી આગળ ચાલી ત્યાં રસ્તામાં સિંહ મળ્યો. સિંહ કહે - ડોશી, ડોશી ! તને ખાઉં.

ડોશી કહે -

દીકરીને ઘેર જાવા દે,<br>
તાજીમાજી થાવા દે,<br>
શેર લોહી ચડવા દે;<br>
પછી મને ખાજે.

સિંહ કહે - ઠીક.

વળી આગળ ચાલતાં ડોશીને રસ્તામાં સાપ, વરુ વગેરે જનાવરો મળ્યાં. ડોશીએ બધાં જનાવરોને આ પ્રમાણે વાયદો કર્યો.

ડોશી તો તેની દીકરીને ઘેર ગઈ. દીકરી તો સુખી હતી. તે રોજ રોજ ડોશીને સારું સારું ખવરાવે-પિવરાવે પણ ડોશી સારી થાય નહિ. પછી એક દિવસ ડોશીને એની દીકરીએ પૂછ્યું - માડી ! ખાતાંપીતાં તમે પાતળાં કેમ પડતાં જાઓ છો ?

ડોશી કહે - દીકરી, બાપુ ! હું તો પાછી ઘેર જઈશ ને, ત્યારે મને રસ્તામાં જનાવરો ખાઈ જવાનાં છે. મેં તેમને બધાંને કહ્યું છે કે...હું પાછી આવું પછી મને ખાજો.

દીકરી કહે - અરે માડી ! એમાં તે બીઓ છો શું ? આપણે ત્યાં એક ભંભોટિયો છે. તેમાં તમે બેસજો અને પછી ભંભોટિયાને દોડાવતાં દોડાવતાં લઈ જજો.

ડોશી માટે તો દીકરીએ એક ભંભોટિયો આણ્યો. પછી ડોશીમા તેમાં બેઠાં અને ભંભોટિયો દડતો દડતો ચાલ્યો.

રસ્તામાં તેને વાઘ મળ્યો. ભંભોટિયાને જોઈ વાઘ કહે - ભંભોટિયા, ભંભોટિયા ! ક્યાંય ડોશીને દીઠા ?

ભંભોટિયો કહે -

કિસકી ડોશી, કિસકા કામ,

ચલ ભંભોટિયા અપને ગામ.

વાઘ તો આ સાંભળી વિચારમાં પડ્યો - માળું, આ શું ? આ ભંભોટિયામાં તે શું હશે ?

વાઘ તો ભંભોટિયાની પાછળ પાછળ ચાલ્યો. પછી સિંહ, સાપ વગેરે બીજાં જનાવર મળ્યાં. સૌ જનાવરોએ ભંભોટિયાને પૂછ્યું પણ ભંભોટિયામાંથી એક જ જવાબ મળ્યો.

કિસકી ડોશી, કિસકા કામ,

ચલ ભંભોટિયા અપને ગામ.

આથી સૌ ભંભોટિયા પાછળ પાછળ ચાલ્યાં.

છેવટે ભંભોટિયો ડોશીના ઘર પાસે આવ્યો.

ડોશી તેમાંથી હળવેક દઈને બહાર નીકળી જેવા ઘરમાં જવા જાય ત્યાં તો બધાં જનાવરો તેને ઓળખી ગયાં. સૌ કહે - ડોશી ! તને અમે

ખાઈએ. ડોશી ! તને અમે ખાઈએ.

એટલામાં ડોશી એકદમ દોડીને ઘરમાં પેસી ગયાં અને ઘરના બારણાં ઝટ બંધ કરી દીધાં.

પછી સૌ જનાવરો પણ નિરાશ થઈને પાછાં જંગલમાં જતાં રહ્યાં.

# 9

# સસ્સારાણા સાકરીયા

એક હતું શિયાળ અને એક હતો સસલો.

બંને જણાને એકવાર ભાઈબંધી થઈ. બેઈ જણા એક વાર ગામ ચાલ્યા. રસ્તામાં બે મારગ આવ્યા. એક મારગ હતો ચામડાનો અને બીજો હતો લોઢાનો. શિયાળ કહે - હું ચામડાને રસ્તે ચાલું. પછી શિયાળ ચામડાને રસ્તે ચાલ્યું ને સસલો લોઢાને રસ્તે ચાલ્યો.

લોઢાને રસ્તે ચાલતા એક બાવાની મઢી આવી. સસલાને ખૂબ ભૂખ લાગી હતી તેથી તે બાવાજીની મઢીમાં ગયો. મઢીમાં આમ તેમ જોયું ત્યાં તો ભાઈને ગાંઠીયા ને પેંડા હાથ લાગ્યા. સસલાભાઈએ તો ખૂબ ખાધું ને પછી લાંબા થઈને મઢીનાં બારણાં બંધ કરીને સૂતા. એટલામાં બાવો આવ્યો ને મઢીનાં બારણાં બંધ જોઈ બાવાએ પૂછયું - એ, મારી મઢીમાં કોણ છે ? અંદરથી સસલાભાઈ તો ખૂબ રોફથી બોલ્યા -

એ તો સસોભાઈ સાંકળિયા,<br>
ડાબે પગે ડામ; ભાગ બાવા,<br>
નીકર તારી તુંબડી તોડી નાખું !

બાવો તો બીને નાઠો. ગામમાં જઈને એક પટેલને તેડી આવ્યો. પટેલ ઝૂંપડી પાસે જઇને બોલ્યો - બાવાજીની ઝૂંપડીમાં કોણ છે ? અંદરથી રોફ કરી ફરી સસાભાઈ બોલ્યા -

એ તો સસોભાઈ સાંકળિયા,<br>
ડાબે પગે ડામ; ભાગ પટેલ,

નીકર તારી પટલાઈ તોડી નાખું !

પટેલ પણ બીને ભાગી ગયો. પછી પટેલ મુખીને તેડીને આવ્યો.

મુખી કહે - કોણ છે ત્યાં બાવાજીની ઝૂંપડીમાં ? સૂતાં સૂતાં સસલાભાઈએ રોફબંધ કહ્યું-

એ તો સસોભાઈ સાંકળિયા,

ડાબે પગે ડામ; ભાગ મુખી,

નીકર તારું મુખીપણું તોડી નાખું !

આ સાંભળીને મુખી પણ બીને નાસી ગયો. પછી તો બાવાજી પણ ગયા. બધાં ગયા પછી સસલાભાઈ મઢીમાંથી બહાર નીકળ્યા. શિયાળને મળ્યા ને બધી વાત કહી. શિયાળને પણ ગાંઠિયાપેંડા ખાવાનું મન થયું. તે કહે - ત્યારે હું પણ મઢીમાં જઈને ખાઈ આવીશ.

સસલો કહે - ઠીક, જાઓ ત્યારે; લ્યો, ગાંઠિયાપેંડાનો સ્વાદ ! શિયાળ તો અંદર ગયું. ત્યાં તો તરત જ બાવાજી આવ્યા ને બોલ્યા - મારી મઢીમાં કોણ છે ? શિયાળે હળવેકથી કહ્યું -

એ તો શિયાળભાઈ સાંકળિયા,

ડાબે પગે ડામ; ભાગ બાવા,

નીકર તારી તુંબડી તોડી નાખું !

બાવાજી તો સાદ પારખી ગયા એટલે કહે - ઓહો, આ તો શિયાળ છે! પછી બાવાજીએ બારણાં ખેવડ્યાં અને અંદર જઈ શિયાળને બહાર કાઢી ખૂબ માર માર્યો.

શિયાળભાઈને ગાંઠિયાપેંડા ઠીક ઠીક મળ્યાં !

# 10
# લે રે હૈયાભફ !

એક હતો કણબી ને એક હતી કણબણ.

બેય હતા એક એકનું માથુ ભાંગે એવાં; એક એકને પહોંચી વળે એવાં.

સાંજનો વખત હતો. કણબી ખેતરેથી આવી ખાટલે બેઠો બેઠો થાક ખાતો હતો. ત્યાં તો કણબણ રાંધણિયામાંથી બોલી - એ સાંભળ્યું કે ? મારે પિયરથી ઓલ્યો માંડણ ભરવાડ આવ્યો છે. ઈ સમાચાર લાવ્યો છે કે ત્યાં દુકાળ પડ્યો છે ને ખાવા મળતું નથી. કહે કે મારાં મા-બાપ દૂબળાં થઈ ગયાં છે.

કણબીએ આસ્તેથી જવાબ આપ્યો - તે એમાં આપણે શું કરીએ ? આપણે કાંઈ પરભુ છીએ તે મે' આણીએ ? હોય, દુકાળેય પડે !

કણબણને તો માઠું લાગ્યું ને તાડૂકી - લે ! કે' છે, હોય, દુકાળેય પડે ! ખબર પડે દુકાળ વેઠ્યો હોય તો ! જુઓ, હું કહું છું કે આજ ને આજ જાઓ ને ગાડું ભરીને ઘઉં નાખી આવો. વળી તો આપણે તો આ ભગરી ભેંશ દૂઝે છે, માટે આ ટીલડી ગાય પણ લેતા જજો. સમજ્યા ?

કણબી તો વિચારમાં પડી ગયો ને માથું ખંજવાળવા મંડ્યો. ત્યાં તો માથામાંથી એક વાત જડી, ને સડપ કરતો તે ઊભો થયો ને રાંધણિયામાં ગયો. રસોડામાં જઈને કહે - એમાં શું ? તું ભાતું કર. કાલ મળસ્કે જઈશ. સાથે આપણો ગગો પણ આવશે. પાસે ગગો ઊભો હતો. એ તો રાજીના રેડ થઈ ગયો. એ તો કૂદવા માંડ્યો ને દોડવા માંડ્યો -

હેઈ, કાલે આપાને ઘેર જવાનું !

કણબીએ ભળકડે ગાડું જોડ્યું. કણબણે ઊઠીને ગાડામાં ઠાંસી ઠાંસીને ઘઉં ભર્યા, મહીં પચાસ રૂપિયાની કોથળી પણ સંતાડી. એના મનમાં એમ થયું કે ઘઉં ભેળી કોથળી પણ બાપાને પહોંચશે. ઘઉં ભરીને ગાડે એક ગાય પણ બાંધી દીધી. ગાયને ગળે સારું મજાનું એક કૂમકું બાંધ્યુ ને ગાડાને અને કણબી ને રવાના કર્યાં.

ગાડું ચાલ્યું જાય છે ત્યાં બે મારગ ફંટાયા. એક મારગ હતો કણબીના સસરાના ગામનો ને બીજો એની બહેનના ગામનો. કણબીએ હળવેક દઈ રાશ ખેંચીને ગાડું બહેનના ગામને મારગે વાળ્યું.

ગાડામાંથી ગગો બોલ્યો - આતા ! આ મારગ તો ફુઈના ગામનો. ઓલ્યો મામાના ગામનો મારગ. કણબી કહે - બેસ, હવે ડાયો થા મા, ડાયો ! તને મારગની બહુ ખબર પડે તે ! કાલ સવારનું છોકરું ! ગગો મૂંગો થઈ બેસી રહ્યો ને ગાડું ચાલવા માડ્યું.

સાંજ પડી. ગાડું બહેનને ગામ આવ્યું. ત્યાંયે દુકાળ પડેલો. નદી સુકાઈ ગયેલી. મોલ બળી ગયેલા. અન્નપાણીના સાંસા. બહેન તો ભાઈ ને જોઇને રાજીના રેડ થઈ ગઈ. એક તો ઘરે ભાઈ આવ્યો ને સાથે વળી ગાડું ભરીને ઘઉં લાવ્યો. ઉપરિયાણમાં એક દૂઝણી ગાય પણ લાવ્યો !

બહેને ઝટપટ લાપશી કરી ને મગ કર્યાં. ભાઈ ભત્રીજાને ખૂબ ખૂબ હાથ ઠારીને જમાડ્યા ને કેટલીયે પરોણાચાકરી કરી. બાપદીકરો તો બહેનને ત્યાં સારી પેઠે બે ચાર દિવસ રહ્યા ને પછી ગાડું જોડી ઘેર પાછા આવ્યા.

કણબી ઘેર આવ્યો એટલે કણબણ કહે - કાં ઘઉં આપી આવ્યા ? કાં ગાય મારાં માબાપને કેવીક ગમી ? કાં, બધાં સાજાંતાજાં છે ને ?

કણબી કહે – મારે તો ખેતર જવું છે. આ ગગલાને પૂછ. કણબણ કહે - હેં ગગા ! મામા તો સારા છે ને ? ગગો કહે - બા, ત્યાં કોઈ મામા નો'તા. કણબણ કહે - મામા કદાચ ગામ ગયા હશે. મામી તો સારી હતી ને ?

ગગો કહે - પણ બા ! ત્યાં મામીબામી કોઈ નો'તું. ત્યાં તો ફુઈ હતાં, ભાણિયા હતા, ફુવા હતા ને ઈ બધાં હતાં. કણબણ વાત પામી ગઈ. મનમાં કહે......હં.....આ તો બહેનને ત્યાં બધું નાખી આવ્યા લાગે છે ! કણબણે વિચાર કર્યો કે હવે કણબીની પૂરી ફજેતી કરવી.

પછી કણબણ તો માથે ઓઢીને કૂટવા માંડ્યું. કણબણ રોતી જાય અને કૂટતી જાય......

ગોરી ગાયને ગળે ફૂમકું;
ગાડું ઘઉં ને મહી બૂમકું;
લે રે હૈયાભફ;
લે રે હૈયાભફ !

માણસો બધા ભેગા મળ્યા. બધા પૂછવા માંડ્યા –પટલાણી શું છે તે રુઓ છો ? કણબણ કહે - ઈ તો ઘેરથી એની બહેનને ત્યાં ગોરી ગાય ને ગાડું ઘઉં દેવા ગયેલા, પણ દુકાળમાં બહેન ને ભાણેજાં મરી ખૂટેલાં તે પાછા આવ્યા. એટલે આજે એની કાણ માંડી છે.

કણબીનું ઘર સારું એટલે ગામ આખું કૂટવા ને રોવા ભેગું થયું. કણબીને ખેતરે ખબર થઈ કે ઘરે તો કાણ માંડી છે એટલે એ પણ હાંફળો હાફળો ઘેર આવ્યો. ત્યાં તો સૌ કૂટતા હતાં..........

ગોરી ગાયને ગળે ફૂમકું;
ગાડું ઘઉં ને મહી બૂમકું;
લે રે હૈયાભફ;
લે રે હૈયાભફ!

કણબીની પાસે સૌ એની બહેન-ભાણેજનો ખરખરો કરવા લાગ્યા. કણબી વાત સમજી ગયો કે આ તો હાથનાં કર્યાં હૈયે વાગ્યાં ! પછી બીજે દિવસ કણબી ગાડું ભરીને ઘઉં અને બીજી ગાય લઈ સાસરે જઈને આપી આવ્યો.

# 11

# ભણેલો ભટ્ટ

એક હતા ભટજી. કાશીએથી નવાસવા ભણી-ગણીને આવેલા.

ચાર વેદ અને છ શાસ્ત્ર ભણેલા ભટજી એક દિવસ એક નાના ગામડામાં કથા વાંચવા ગયા.

ગામના માણસો તદ્દન કોરા-ધાકોર. કોઈ ગતાગમ નહિ. ખેડ કામ સિવાય કોઈ બાબતની જાણકારી નહિ. છતાં પણ પોતે બહુ જાણે છે એવું બતાવવું બધાંને બહુ ગમે.

ભટજી આવ્યા એટલે બધાં લોકો કહે - ભટજી કથા તો ભલે વાંચે, પણ આપણે પારખાં તો લેવાં જોઈએ ને, કે ભટજી કેવુંક જાણે છે ?

સૌએ ભેગા થઈ ભટજીને પૂછ્યું - ભટજી ! અમારા સવાલનો જવાબ આપો તો કથા વાંચો, ને ન આપો તો પુસ્તક અને પોથીનાં પાનાં મૂકીને અહીંથી ચાલ્યા જાઓ.

ભટ કહે - પૂછો ત્યારે.

એક માણસે પૂછ્યું - ભટજી ! 'તુંબહ તુંબા' એટલે શું ? ભટજી તો ભારે વિચારમાં પડી ગયા.

પોથીપાનાં જોઈ વળ્યા પણ ક્યાંય 'તુંબહ તુંબા' જડે નહિ. ભટજી તો ભારે મૂંઝાયા ને માથું ખંજવાળવા માંડ્યા.

ગામડિયો કહે - ભટજી ! ઈ તમારાથી અમારા સવાલનો ઉત્તર નહિ અપાય. તમારા જેવા તો ઘણાંએ આવી ગયાં, પણ કોઈએ ઉત્તર આપ્યો નથી. લ્યો, હવે પુસ્તકપાનાં અને પોથીઓ અમને સોંપી દો.

ભટજીનું મોં તો લોટની કોથળી જેવું થઈ ગયું. બિચારા વીલે મોઢે ઘેર પાછા આવ્યા.

એને એક ભાઈ હતો. ઝાઝું ભણેલોગણેલો નહિ, પણ કોઠાવિદ્યાવાળો ખરો. એને બધી વાતની ખબર પડી એટલે કહે - ભાઈ ! એવા અજડ ગામમાં તમારું કામ નહિ, ત્યાં તો અમારા જેવા જોઈએ; એનું માથું ભાંગે એવા.

આ બીજો ભાઈ તો ચાલ્યો એ જ ગામડામાં. જઈને મલ્લની જેમ કછોટો માર્યો ને માથે ટકોમૂંડો કરાવ્યો. મૂંડા ઉપર ચંદનનું ગોળ ચકરડું કર્યું અને વચમાં એક ટપકું કર્યું. ગામના માણસો તો આ ભટજીને દેખીને રાજી રાજી થઈ ગયા ને એક બીજાને કહે - વાહ, આ ભટજી તો લાગે છે ય ખરા ભટજી જેવા. આવા હોય તો કાંઈક બે અક્ષર શાસ્તરના જાણવા તો મળે !

પણ તો ય બધાં કહે - પારખાં તો લેવાં જ જોશે. એમ ને એમ કાંઈ કથા વાંચવા નહિ બેસાડાય. એક જણ કહે - ભટજી ! પધારો. એક ભટજી પુસ્તકપાનાં મૂકીને ગયા છે ને બીજા વળી તમે આવ્યા છો. તમારીય તે હમણાં ખબર પડશે.

ભટજી કહે - એ ભટ નોખા ને આ ભટ નોખા. અમે તો કહેવાઈએ ભાગડ. આ માથે કેવું ટીલું કર્યું છે અને આ કેવો કછોટો માર્યો છે તે તો જુઓ !

ગામનો પટેલ કહે - ત્યારે જવાબ આપો જોઈએ. 'તુંબહ તુંબા' એટલે શું ?

આ ભટજીને તો બરાબર ખબર હતી કે ગામના લોકોને ખેડ કામ સિવાય કોઈ વાતની ગતાગમ નથી. ભટ કહે - ભાઈ ભૂલ્યા. પૂરો સવાલેય ક્યાં પૂછતાં આવડે છે ? તો સાંભળો પહેલાં તો હોય

ખેડમ્ ખેડા  
પછી વાવમ્ વાવા  
પછી ઉગે વેલમ્ વેલા  
પછી આવે ફૂલમ્ ફૂલા  
ને પછી થાય તુંબહ તુંબા.

બધા કહે - એલા, આ ભટજી સાચા; કેટલું ગનાન છે ! જોયું બરાબર કળી ગયા. ઓલ્યા આગળ આવ્યા'તા ઈ ભટને તો બોરના ડીંટિયા

જેટલુંય નો આવડે, ને મોટે ઉપાડે કથા વાંચવા આવ્યા હતા !

ભટજીને આખા ગામે વખાણ્યા. બધા કહે - ભટ ભારે, ભટ ભારે, ભટ ભારે ! ભટ તો છે કાંઈ જાણકાર ! બધી વાતની એને સમજ પડે !

ભટને તો ગામ આખાયે જમાડ્યા. પોથી-પુસ્તક પાછાં આપ્યાં ને સારી એવી શીખ આપીને વિદાય કર્યા.

# 12

# બાપા-કાગડો !

એક હતો વાણિયો. વાણિયાને છ-સાત વરસનો એક છોકરો.

છોકરો બહુ કાલો ને પડપૂછિયો હતો. રોજ તે બાપની સાથે દુકાને જાય અને બાપને કાંઈનું કાંઈ પૂછ્યા જ કરે. વાણિયો એટલો બધો શાંત હતો કે દીકરાને રાજી કરવા માટે જે પૂછે તેનો જવાબ આપ્યા કરે. કોઈ દિવસ ઘેલિયાને નાખુશ કરે નહિ. કોઈ દિવસ પોતે ખિજાઈ ન જાય. હંમેશાં ઘેલિયાભાઈ કહે તેમ કરે.

એક દિવસ ઘેલિયો બાપની સાથે દુકાને આવ્યો અને લાડથી બાપનો ખોળો ખૂંદવા લાગ્યો ને જે તે પૂછવા લાગ્યો. એટલામાં, દુકાનની સામે એક ઝાડ હતું. તેના પર એક કાગડો આવીને બેઠો ને 'કો-કો' કરવા લાગ્યો. ઘેલિયાએ કાગડાને જોયો, એટલે તેની તરફ આંગળી કરીને બાપને કહ્યું : 'બાપા-કાગડો !' બાપા કહે : 'હા, ભાઈ ! કાગડો.'

ફરી વાર છોકરે બાપનો હાથ પકડી કહ્યું : 'બાપા-કાગડો !' બાપાએ એટલી જ ધીરજથી કહ્યું : 'હા, ભાઈ ! કાગડો'. જવાબ આપીને બાપ દુકાનના કામમાં જરા રોકાયો, એટલે વળી છોકરે બાપનો ગોઠણ હલાવી કહ્યું : 'જુઓ તો બાપા-કાગડો !'

બાપે ધંધામાંથી ધ્યાન કાઢી ઘણી શાંતિથી કહ્યું : 'હા, બેટા ! કાગડો.'

છોકરાને આટલાથી સંતોષ થયો નહિ. બાપ પાછો પોતાના કામમાં રોકાયો, ત્યાં તેની પાઘડી ખેંચી વળી બોલ્યો : 'બાપા-કાગડો !'

બાપે જરા પણ ચિડાયા વિના કહ્યું : 'હા, ભાઈ ! કાગડો – હં.' છોકરો તો વેને ચડ્યો ને વળી બોલ્યો : 'જુઓ તો ખરા ! બાપા-કાગડો !'

બાપે ચોપડો લખતાં લખતાં છોકરા સામે જોઈને વળી કહ્યું : 'હા હોં, બેટા ! કાગડો. એ કાગડો છે હં.'

થોડી વાર સુધી છોકરો કાગડા સામે જોઈ રહ્યો, અને વળી ધૂરી આવી હોય તેમ બાપનો ખભો જોરથી હલાવીને બોલ્યો : 'બાપા-કાગડો !'

બાપે જરા પણ ગુસ્સે થયા વિના કહ્યું : 'હા, ભાઈ ! કાગડો.' આ રીતે છોકરો તો વારેવારે બાપને 'બાપા-કાગડો !' 'બાપા-કાગડો !' એમ ચીંધતો ગયો, ને બાપ 'હા, ભાઈ, કાગડો' 'હા, ભાઈ, કાગડો !' એમ બોલતો જ રહ્યો. છેવટે છોકરો થાક્યો અને 'બાપા-કાગડો' બોલતો બંધ પડ્યો.

બાપ વાણિયો હતો, શાણો હતો. છોકરો જેમ જેમ 'બાપા-કાગડો !' 'બાપા-કાગડો' બોલતો ગયો તેમ તેમ તે પોતાના ચોપડામાં 'બાપા-કાગડો !' 'હા, ભાઈ ! કાગડો' એ પ્રમાણે લખતો ગયો. છોકરો થાકી ગયો ત્યારે બાપે ગણી જોયું તો બરાબર એકસો વાર 'બાપા-કાગડો' 'હા, ભાઈ ! કાગડો' લખાયેલું હતું. ભવિષ્યમાં કોઈ દિવસ આ ચોપડો કામ આવશે, એમ ધારી ડાહ્યા વાણિયાએ ચોપડાને સાચવીને જૂનાં દફતરોમાં મુકાવ્યો.

આ વાતને ઘણાં વર્ષો વીતી ગયાં. વાણિયો છેક ઘરડો થઈ ગયો હતો; ને પેલો ઘેલિયો ત્રીશ વર્ષનો જુવાન થઈ ગયો હતો. ઘેલિયો તો હવે મોટો શેઠ બની રહ્યો હતો અને વેપાર ધમધોકાર ચાલતો હતો. 'ઘેલિયો' સઘળે 'ઘેલાશા' 'ઘેલાશા' થઈ પડ્યો હતો ને તેનું બધેય બહુ માન હતું. પરંતુ ઘરડો વાણિયો દુ:ખી હતો.

ઘેલાશા તેને બહુ દુ:ખ આપતો હતો. બાપ બહુ કંટાળ્યો, એટલે ઘેલિયાને કેવા લાડથી ઉછેર્યો હતો એ તેને યાદ આપવાનો તેણે વિચાર કર્યો. એક દિવસ ઘરડો વાણિયો લાકડીને ટેકે ટેકે દુકાને ગયો અને ઘેલાશાની ગાદીએ ચડીને બેઠો. બાપને જોઈને દીકરો ચિડાયો ને મનમાં બબડ્યો : 'આ ડોસો વળી અહીં ક્યાં આવ્યો ? નકામો ટકટકાટ

કરશે અને મારો જીવ ખાશે !'

થોડી વારમાં ડોસાએ એક કાગડો જોઈ ટાઢે પેટે કહ્યું : 'ભાઈ-કાગડો !'

ઘેલાશા તો ડોસાના પ્રશ્નથી જ વિચારમાં પડ્યા અને ચિડાઈને બોલ્યા : 'હા, બાપા ! કાગડો.'

ડોસાએ વળી કહ્યું : 'ભાઈ-કાગડો'

ઘેલાશાએ જરા વધારે ચિડાઈને અને કાંઈક તિરસ્કારથી જવાબ વાળ્યો : 'હા, બાપા ! કાગડો.'

ડોસાએ જાણ્યું કે દીકરો ચિડાય છે. પરંતુ તે દીકરાની આંખ ઉઘાડવા જ આવ્યો હતો, તેથી પૂરેપૂરી શાંતિ રાખી ફરી બોલ્યો : 'ભાઈ-કાગડો !'

ભાઈ તો હવે ભભૂકી ઊઠયા : 'હા, બાપા ! કાગડો. હા, એ કાગડો છે. એમાં વારે વારે 'ભાઈ-કાગડો !' 'ભાઈ-કાગડો !' એમ શું બોલ્યા કરો છો ? મને મારું કામ કરવા દો ને !' કહીને ઘેલાશા આડું મોં કરીને પોતાને કામે લાગ્યા.

ઘરડો વાણિયો કંઈ કાચો ન હતો. તેણે ઘેલાશાનો હાથ પકડી, કાગડા તરફ આંગળી કરી ઠંડે પેટે કહ્યું : 'ભાઈ-કાગડો !' હવે ઘેલાશાનો મિજાજ ગયો. તેણે વિચાર્યું : 'આ ડોસો જો ને નકામો 'ભાઈ-કાગડો' લવ્યા કરે છે ! નથી કાંઈ કામ કે કાજ. નવરો પડ્યો એટલે નકામો લવારો !'

તેણે ડોસા સામે જોઈ કહ્યું : 'બાપા ! ઘેર જાઓ. અહીં તમારું શું કામ છે ? દુકાને કામકાજમાં નાહક શા માટે ડબડબ કરો છો ?' શાંતિથી જરા હસી, કાગડા સામી આંગળી કરી, ડોસો બોલ્યો : 'પણ, ભાઈ-કાગડો !'

'હા, બાપા ! કાગડો-કાગડો-કાગડો ! હવે તે કેટલી વાર કાગડો ? કાગડામાં તે શું છે તે 'કાગડો' 'કાગડો' કરો છો ?' ડોસો ફરી વાર આંગળી કરી 'ભાઈ-કાગડો !' એમ બોલે તે પહેલાં ઘેલાશાએ વાણોતરને કાગડો ઉડાડી મૂકવાનું કહ્યું. કાગડાને ઉડાડી મુકાવ્યો. પછી લખતો લખતો, પોતાના મનમાં બળતો મોટેથી બબડ્યો : 'ખરેખર, સાઠે બુદ્ધિ નાઠી તે બરાબર સાચું છે. આ ડોસાની બુદ્ધિ હવે છેક ગઈ છે.'

ડોસાની આંખે આંસુ આવ્યાં. તેણે જૂના વાણોતરને બોલાવીને પેલો જૂનો ચોપડો કઢાવી ઘેલાશાના હાથમાં 'બાપા-કાગડો !' 'હા, ભાઈ

! કાગડો' લખેલું પાનું મૂકયું. ઘેલાશાને તેના બાળપણની સઘળી હકીકત વાણોતરે કહી સંભળાવી.

ઘેલાશા તરત બધું સમજી ગયો : દીકરાએ બાપાની માફી માગી અને તે દિવસથી બાપની ખરા દિલથી ચાકરી કરવા લાગ્યો.

# 13

# ભેંશ ભાગોળે, છાશ છાગોળે

એક નાનું સરખું ગામ હતું. એક વાર પાદરે ભેંશો વેચાવા આવી.

ગામમાં એક પટેલ રહે. તેની પાસે કોઈ દૂઝાણું નહિ. એને થયું કે હું એક ભેંશ લઉં. જઈને પટલાણીને કહે - સાંભળ્યું કે ? આપણે એક ભેંશ લેવી છે. આંગણે ભેંશ હોય તો સારું. છોકરાં છૈયાંને દૂધ મળે; બાકી મેળવીએ એનું દહીં થાય, ઘી થાય; ને જે સરસ મજાની છાશ થાય તે આડોશી પાડોશીને અપાય.

પટલાણી કહે - એ બધું ઠીક પણ આવી જાડી રેડ જેવી છાશ મારે મારા પાડોશીને નથી આપવી. છાશ તો હું મારાં પિયરિયાંને જ આપીશ.

પટેલ કહે - તે એકલાં તારાં પિયરિયાં જ સગાં, ને મારાં સગાં તો કાંઈ નહિ, કાં ? એમ છાશ નહિ અપાય.

પટલાણી કહે - નહિ કેમ અપાય ? અપાશે ! ઘર તો મારું ય છે ને ? ને ભેંશ તો મારી યે તે, ને તમારી યે તે. બહુ બહુ તો દૂધ તમારાં સગાંને, પણ છાશ તો મારાં પિયરિયાંને !

પટેલ કહે - જોયો છે આ ડંગોરો !

પટલાણી કહે - તમારાં સગાંને આપો !

આમ કરતાં વાત વધી પડી ને પટેલ-પટલાણી લડી પડ્યાં !

એક તો બેઉ અજડ – ને એમાં વઢવાડ થઈ. પછી જોઈ લ્યો ! પરોણી લઈને પટેલે પટલાણીને સબોડી નાખ્યાં ! ઘરમાં હો-હો થઈ રહ્યું. આડોશી પાડોશી દોડી આવ્યાં.

બધાં પૂછે - છે શું, પટેલ ? આ શું માંડ્યું છે ?

પટલાણી ફરિયાદ કરતાં કહે - જુઓ તો બાપુ, આ વાંસામાં સોળ ઊઠ્યા છે તે ! પટેલનો કાંઈ હાથ છે. મને ઢીબી નાખી !

પટેલ કહે - તે કો'કની જીભ ચાલે, ને કો'કનો હાથ ચાલે !

પાડોશી પૂછે - પણ છે શું ? કજિયો શાનો છે ?

પટલાણી કહે - અમારો કજિયો તો છાશનો છે. પટેલ કે'છે કે, છાશ તારાં પિયરિયાંને નહિ ! તે નહિ શું કામ ? દૂધ ભલેને એનાં સગાં ખાય; મારાં પિયરિયાં સુધી છાશે નહિ ? એ મારે નહિ ચાલે !

ત્યાં તો પાછા પટેલ ખિજાયા ને પરોણી લઈને દોડ્યા. પાડોશમાં એક ઠાવકો વાણિયો હતો. તેણે વિચાર્યું : અરે, ભેંશ તો હજી ભાગોળે છે, છાશ છાગોળે આવી નથી ને આ ધમાધમ શાની ?

વાણિયો હતો યુક્તિવાળો. જઈને કહે - પટેલ, પટેલ ! વઢવાડ તમે પછી કરજો. પહેલાં મારું નૂકશાન ભરપાઈ કરો. આ તમારી ભેંશે શિંગડું મારીને અમારી વંડી પાડી નાખી – તે ચણાવી આપો ! આમ તમારાં ઢોર રઝળતાં મૂકી દેતાં શરમાતા નથી ?

પટેલ કહે - અરે પણ ! મારી પાસે ભેંશ વળી ક્યારે હતી તે તમારી વંડી પાડી નાખે ?

વાણિયો કહે - ત્યારે તમે કઈ ભેંશની છાશ સારું લડો છો ?

પટેલ-પટલાણી શરમાઈ ગયાં ને છાનાંમાનાં પોતાના કામે લાગી ગયાં.

# 14

# લાવરીની શિખામણ

એક લાવરી હતી.તે ઘઉંના ખેતરમાં માળો બાંધીને પોતાનાં બચ્ચાં સાથે રહેતી હતી. બચ્ચાં હજુ નાનાં હતાં તેથી બચ્ચાને માળામાં મૂકીને ચણ ચણવા જતી. એક દિવસ લાવરીએ બચ્ચાંને કહ્યું, જુઓ, ખેતરનો માલિક જે કાંઈ બોલે તે ધ્યાનથી સાંભળજો અને સાંજે મને કહેજો. આમ કહી તે ચણવા ગઈ.

સાંજે લાવરી આવી ત્યારે બચ્ચાંએ માને કહ્યું, મા, ખેડૂત કહેતો હતો કે કાલે પડોશીઓ આવશે તો પાક લણી લઈશું. હવે આપણે બીજી સલામત જગ્યાએ જતાં રહીએ તો ?

લાવરી કહે, તમે ચિંતા છોડો. એ પડોશીઓ ઉપર આધાર રાખે છે એટલે મહિનાઓના મહિના નીકળી જશે. અને બીજે દિવસે ખેડૂતે ખેતરમાં આવ્યો પણ કોઈ પડોશીઓ આવ્યા ન હતા તેથી તે બોલ્યો, કાંઈ વાંધો નહિ, કાલે મારા સગાઓને પાક લણવા બોલાવી લઈશ. લાવરી ચણ ચણીને આવી ત્યારે બચ્ચાએ તેને ખેડૂતની વાત કરી.

લાવરીએ કહ્યું, ચિંતા છોડો. ખેડૂતે સગા પર આધાર રાખ્યો છે. એથી હજુ કેટલાંય દિવસ સુધી પાક લણાશે નહિ. આખરે લાવરી સાચી પડી. ખેડૂત રાહ જોતો રહ્યો ને પાક લણવા આવ્યો નહિ.

થોડા દહાડા પછી બચ્ચાં કહે, મા, આજે તો ખેડૂત ગુસ્સામાં હતો. તેની ઘરવાળીને કહે, કોઈ ન આવ્યું તો આપણે બે જ કાલે પાક લણીશું.

લાવરી કહે, ખેડૂતે પારકી આશા છોડી એટલે જરૂર તે કાલે પાક લણશે. ચાલો આપણે આજે જ બીજી કોઈ સલામત જગ્યાએ જતાં રહીએ. આમ કહી લાવરી તેનાં બચ્ચાંને લઈ બીજે રહેવા જતી રહી.

# 15

# સાબરનાં રૂપાળાં શીંગડાં

એક સાબર હતું. તેને સાબરના ટોળામાં ગમે નહિ.

કાયમ તે પોતાના સાથીદારોથી અલગ થઈ એકલું એકલું ફરે. એક દિવસ સાબર નદી કાંઠે ઉગેલું લીલું લીલું તાજું ઘાસ ચરતું હતું. ઘાસ ખાઈને સાબર પાણી પીવા નદી કિનારે ગયું. નદીનું પાણી કાચ જેવું ચોખ્ખું હતું. સાબરે પાણી પીવા જતાં પાણીમાં પોતાનું પ્રતિબિંબ જોયું. તેને થયું, વાહ ! કેવાં સુંદર મારાં શીંગડાં છે ! માથે જાણે મુગટ પહેર્યો હોય તેવાં શોભે છે ! પણ મારા આ પગ કેવા પાતળા ! મને એ બેડોળ કરી મૂકે છે, એનું જ મને દુઃખ છે.

પોતાના મોટા શીંગડાના અભિમાનથી તે પોતાના બીજાં સાથીઓથી જુદું પડી હંમેશ એકલું ફરતું. તેના સાથીઓનાં નાનાં શીંગડાં જોઈ તેની ઠેકડી ઉડાવતું. એક દિવસ તે ઘાસ ચરતું હતું. તે સમયે નજીકમાં જ ધ્રુજાવી દે એવી પરિચિત વાસ તેને આવી. તે કંઈ સમજે તે પહેલાં વાવાઝોડાં માફક ધસી આવતા બે ખૂંખાર ચિત્તા જોયા.

સાબર તો છલાંગ મારતું જાય નાઠું. બંને ચિત્તા તેનો પીછો કરતા તેની પાછળ પડ્યા. પોતાનો જીવ બચાવવા સાબર આગળ ને આગળ દોડ્યે જાય. ઝડપથી દોડવામાં એના પાતળા પગે એને ખૂબ મદદ કરી. તે ચિત્તાથી ઘણું આગળ નીકળી ગયું ને ગીચ જંગલમાં આવી

પહોંચ્યું. ત્યાં અચાનક જાણે કોઈએ તેને પકડી દોડતું અટકાવ્યું હોય તેવું લાગ્યું.

સાબરે જોયું કે એનાં શીંગડાં એક ઝાડની ડાળીઓમાં ભરાઈ ગયાં છે. તેણે ડાળીઓમાંથી શીંગડાં કાઢવા ખૂબ મહેનત કરી પણ તેનાં વાંકાં ચૂકાં શીંગડાં એવા ભરાઈ ગયા કે તે નીકળ્યાં જ નહિ. સાબરને થયું, મારા આ દૂબળા પાતળા પગને મેં ખોટા વગોવ્યા ને ! તેણે તો મને ચિત્તાના પંજામાંથી બચાવ્યું. પણ મને જે શીંગડાંનું અભિમાન હતું. એ શીંગડાં જ મારાં શત્રુ બન્યાં. જે ચીજ આપણને મદદ કરે તેમ હોય તેનું રૂપ કે દેખાવ ન જોવો જોઈએ અને જે ચીજ આપણને મુસીબતમાં મૂકી દે તેમ હોય તે ગમે તેટલી રૂપાળી હોય તો પણ તેનાથી ખૂબ સાવચેત રહેવું જોઈએ.

આમ બરાબર વિચાર કરતું હતું ત્યાં જ તેના સારા નસિબે શીંગડું તૂટી ગયું અને તે પોતાના પાતળા પગની મદદથી નાસીને પોતાનો જીવ બચાવવામાં સફળ બન્યું.

# 16

# વહોરાવાળું નાડું

એક નાનું સરખું ગામ હતું. તેમાં એક વહોરાજી રહે. વહોરાજી દિલના બહુ સાફ અને નેક. બીજાને મદદ કરવા કાયમ તૈયાર હોય. ગામના લોકો પણ તેમને ઘણું માન આપે. પણ ઘણી વખત પોતાના ભોળા સ્વભાવના કારણે એ એવા છબરડા વાળી બેસે કે બધાં હસી હસીને થાકી જાય. પછી પોતાની ભૂલ સમજાય એટલે વહોરાજી પણ બધાંની સાથે પોતે પણ હસવા લાગે.

એક વખત એક પટેલ ખેતરેથી લીલું ઘાસ ગાડામાં ભરી ઘેર આવતા હતા. રસ્તામાં વહોરાજી મળ્યા.

પટેલ કહે - ચાચા, પગે ચાલતા શા માટે જાઓ છો ? ગાડા ઉપર બેસી જાઓ. પણ, રસ્તામાં ખાડા ટેકરા આવે છે. તેથી આંચકા લાગશે, તમે નાડું બરાબર પકડજો, નહિતર ક્યાંક નીચે જમીન પર ઉથલી પડશો.

વહોરાજી કહે - પટેલ, સારૂં થયું તમે કહ્યું. હું નાડું મજબૂત રીતે પકડી રાખીશ. છોડીશ જ નહી ! એમ કહીને વહોરાજીએ તો પોતાના સૂંથણાનું નાડું બરાબર પકડી રાખ્યું. બે હાથે નાડું પકડીને બેઠા.

ગાડું આગળ ચાલતાં રસ્તામાં એક મોટો ખાડો આવ્યો. ગાડું ઉછળ્યું ને વહોરાજી ગાડામાંથી ઉછળીને ખાડામાં પડ્યાં. વહોરાજીએ તો મોટેથી બૂમ પાડી - અરે પટેલ ! ગાડું ઊભું રાખો. હું પડી ગયો છું.

પટેલ જૂએ તો વહોરાજી ખાડામાં પડેલા દેખાયા. પટેલે વહોરાજીને પૂછયું - કેમ કરતાં પડી ગયા ? તમે નાડું બરાબર પકડી નહોતું રાખ્યું ?

વહોરાજી જમીન પર પડ્યાં પડ્યાં સૂંથણાનું નાડું બતાવીને કહે - જુઓ તો ખરા, પડી ગયો તોય હજી મેં નાડું છોડ્યું નથી....

પટેલે ધ્યાનથી જોયું તો વહોરાજીએ બે હાથે સૂંથણાનું નાડું પકડી રાખ્યું હતું. પટેલ હસી પડ્યા ને બોલ્યા - અરે ચાચા ! તમે સૂંથણાનું નાડું પકડી બેઠા છો પછી પડી જ જવાય ને ? મેં તો તમને આ ઘાસ જે દોરડાથી બાંધ્યું છે ઈ નાડું એટલે કે જાડું દોરડું પકડી રાખવા કહ્યું હતું. તમને ખબર પડી ન હતી તો બરાબર પૂછી લેવું હતું ને ? સૂંથણાનું નાડું તે કાંઈ પકડવાનું હોય ?

વહોરાજીને પણ પોતાની ભૂલ સમજાઈ અને હસતા હસતાં ફરી ખરું નાડું મજબૂત રીતે પકડીને ગાડામાં બેઠા.

# 17
# વાંદરો અને મગર

એક નદી કાંઠે જાંબુડાનું મોટું ઝાડ હતું. જાંબુડાના ઝાડ પર દરરોજ એક વાંદરો જાંબુ ખાવા આવતો. નદીના ઊંડા પાણીમાં એક મોટો મગર રહેતો હતો. વાંદરા અને મગરની ભાઈબંધી થઈ. વાંદરો રોજ રોજ મગરને પાકાં જાંબુ ખવરાવે.

મગર એક વાર થોડાં જાંબુ મગરી માટે લઈ ગયો. મગરીને જાંબુ બહુ ભાવ્યાં. મગરી જાંબુ ખાતાં ખાતાં મગરને કહે - રોજ આવાં મીઠાં જાંબુ ખાનારા વાંદરાનું કાળજું કેવું મીઠું હશે ! તમે એને લઈ આવો તો હું તેનું કાળજું ખાઉં !

મગર કહે - તે હવે મારો ભાઈબંધ થયો છે. ભાઈબંધ સાથે મારાથી દગો કેમ થાય ?

મગરીએ જીદ કરી કહ્યું - જો તમે કાળજું નહિ લાવી આપો તો હું મારો જીવ આપી દઈશ.

નછૂટકે મગર વાંદરાને મગરી પાસે લાવવા તૈયાર થયો. બીજે દિવસે મગર જાંબુના ઝાડ નીચે આવ્યો.

એણે મીઠાં જાંબુ ખાધાં પછી મગર બોલ્યો - વાંદરાભાઈ, મારી મગરી તમને ઘેર જમવા માટે બોલાવે છે. મારી પીઠ પર બેસી જાઓ અને મારા મહેમાન થાઓ.

વાહ ! ચાલો, તમારો આટલો પ્રેમ છે તો...ના કેમ પડાય ! એમ કહેતો વાંદરો કૂદીને મગરની પીઠ પર બેસી ગયો.

મગર પાણીમાં આગળ સરકવા લાગ્યો. બંને વાતોએ વળગ્યા. અડધે રસ્તે જ ભોળા મગરે મગરીના મનની વાત વાંદરાને કરી દીધી.

મગરની વાત સાંભળી વાંદરાના હોશ ઊડી ગયા. થોડી વારે સ્વસ્થ થતાં મગરીથી બચવાનો ઉપાય શોધી કાઢયો.

વાંદરો કહે - મગરભાઈ ! તમે પણ ખરાં છો ! તમારે આ વાત મને પહેલેથી જ કહેવી હતીને ! મારું કાળજું તો હું ઝાડ પર મૂકીને આવ્યો છું. ચાલો પાછા જઈ કાળજું લઈ આવીએ !

મગર વાંદરાની વાત સાચી માની પાછો કિનારા તરફ વળી ગયો. કિનારો આવતાં વાંદરો એક મોટો કૂદકો મારી ઝાડ પર પહોંચી ગયો. પછી કહે - મૂરખ મગર ! કાળજું તે કંઈ ઝાડ પર મુકાતું હશે ? તું તો દગાખોર છે ! ભાઈબંધને દગો દેવા તૈયાર થયો ? જા હવે કદી આ જાંબુડાના ઝાડ નીચે આવતો નહિ. એમ કહી વાંદરો ત્યાંથી બીજે જતો રહ્યો.

# 18

# જેવા સાથે તેવા

એક બગલો નદી કિનારે રહેતો હતો. એક દિવસ એક શિયાળ નદીમાં પાણી પીવા આવી ચડ્યું. શિયાળ અને બગલા વચ્ચે ઓળખાણ થઈ. વાતવાતમાં બંને પાકા ભાઈ બંધ થયાં.

શિયાળ મીઠું મીઠું બોલે પણ એની દાનત હતી ખોરા ટોપરા જેવી. એક દિવસ શિયાળ કહે - બગલાભાઈ ! તમે મારા દોસ્ત થયા. તમને ખીર ભાવે છે ને ? કાલે હું ખીર બનાવી તમારા માટે લેતો આવીશ. તમે પેટ ભરી તે ખાજો. બગલાએ કહ્યું - સારું.

ચાલાક શિયાળ પહોળી તાસકમાં ખીર પીરસીને લઈ આવ્યું. શિયાળે બગલાને કાંઠે બોલાવ્યો. શિયાળ કહે - લો બગલાભાઈ, તમે નિરાંતે ખીર ખાઓ. હું તાસક પકડી રાખું છું !

બગલો ખીર ખાવા ગયો પણ તાસક હતી છીછરી ને બગલાની સીધી અણીદાર ચાંચ એટલે એ ખીર ખાઈ શક્યો નહિ. એ જોઈ શિયાળ મનમાં ને મનમાં મલકાયું.

બગલો મનમાં સમસમી ગયો. એણે કહ્યું - વાહ, શિયાળભાઈ ! તમે મારા માટે કેટલી સરસ ખીર બનાવી છે ! એની સુંગધથી જ મારું પેટ ભરાઈ ગયું છે. હવે એમ કરો આવતી કાલે તમે મારે ત્યાં જમવા આવજો. હું તમારા માટે તમને ભાવતી બાસુંદી બનાવીને તૈયાર રાખીશ.

જમવાનું આમંત્રણ મળતાં શિયાળ રાજી રાજી થઈ ગયું અને પોતાના ભાગની તેમ જ બગલાના ભાગની ખીર સફાચટ કરી ગયું.

બીજે દિવસે શિયાળ બગલાને ઘેર જમવા પહોંચી ગયું. બગલાએ સાંકડા મોં વાળા બે કૂંજામાં બાસુંદી ભરી તૈયાર રાખી હતી.

બગલો કહે - તમને બાસુંદી ભાવે છે. એટલે મેં બાસુંદી બનાવી છે. લો શિયાળભાઈ ખાવ. આમ કહી બગલાએ શિયાળ પાસે કૂંજો મૂકયો. બીજા કૂંજામાંથી બગલો બાસુંદી ખાવા માંડયો.

શિયાળ બાસુંદી ખાવા ગયું પરંતુ એનું મોં કૂંજામાં પેસી જ ન શક્યું. તે કૂંજો હાથમાં પકડી બગલાને બાસુંદી ખાતો જોઈ જ રહ્યું. બગલાની યુક્તિ શિયાળ સમજી ગયું. એ નરમ અવાજે બોલ્યું - બગલાભાઈ, તમારી બાસુંદીની સુવાસથી જ મારું પેટ ભરાઈ ગયું, હોં ! આમ કહી ઢીલા મોઢે એ જતું રહ્યું.

શિયાળને જતું જોઈ બગલો મનમાં કહે - જેવા સાથે તેવા થઈએ તો જ ગામ વચ્ચે રહેવાય, સમજ્યા !

# 19

# રીંછે કાનમાં શું કહ્યું

એક હતો ગોપાલ અને એક હતો મોહન. મોહન બહુ ભોળો અને ગોપાલ ભારે ચબરાક. બન્ને નિશાળમાં સાથે ભણે. બન્ને ભાઈબંધ હતા. નિશાળમાં રજાના દિવસે બન્ને નજીકના જંગલમાં ફરવા ગયા. મોહનને જંગલમાં ડર લાગવા લાગ્યો.

મોહન કહે - ગોપાલ, મને તો બીક લાગે છે. કોઈ જંગલી જાનવર આપણને ફાડી ખાશે તો ?

ગોપાલ કહે - તું તો સાવ ડરપોક છે. તારી સાથે હું છું તેથી તારે ડરવાની જરા પણ જરૂર નથી.

મોહન ફરી બોલ્યો - પણ ગોપાલ, આપણી પાસે જંગલી જાનવરનો સામનો કરવા કોઈ હથિયાર પણ નથી તેનું શું ?

ગોપાલ કહે - હથિયારની શું જરૂર છે ? આપણે બન્ને મોટા અવાજ કરી એને ભગાડી દેશું.

બન્ને મિત્રો આમ વાતો કરતા થોડું આગળ ચાલ્યા ત્યાં અચાનક ગોપાલે સામેથી એક રીંછ આવતું જોયું. ગોપાલનાં બધાં બણગાં હવામાં ઊડી ગયાં. તે તો રીંછને જોતાં જ પોતાના મિત્રની પરવા કર્યા વિના પોતાનો જીવ બચાવવા ભાગ્યો.

ગોપાલ દોડીને પાસેના ઝાડ પર ચડી ગયો. મોહને રીંછને નજીક આવતું જોઈ બૂમ પાડી - મિત્ર, ગોપાલ ! મને બચાવ ! પણ ગોપાલ તો ઝાડની ઊંચી ડાળીએ પહોંચી પાંદડાંની ઘટામાં સંતાઈ ગયો.

મોહનને ઝાડ પર ચઢતાં આવડતું ન હતું. તેને થયું કે હવે કરવું શું ? પણ મોહનને એક ઉપાય મળી ગયો. તે પોતાનો શ્વાસ રોકી જમીન પર મડદાની જેમ સૂઈ ગયો. ના હાલે કે ના ચાલે. થોડી વારમાં રીંછ મોહનની નજીક આવ્યું. તેણે એના શરીરને સૂંઘી જોયું. રીંછને થયું કે આ તો મરેલો જ છે. એટલે તે ત્યાંથી આગળ જતું રહ્યું. ગોપાલે આ જોયું પણ એને ખબર ન પડી કે રીંછ શું કરતું હતું.

રીંછના ગયા પછી ગોપાલ ઝાડ પરથી નીચે ઊતર્યો. એણે મોહનની મજાક કરતાં પૂછ્યું - અલ્યા મોહન ! શું રીંછ તારું સગું થતું હતું કે શું ? એણે તારા કાનમાં શું કહ્યું ?

મોહન કહે - રીંછ મને શિખામણ આપી કે મુસીબતમાં સાથ છોડી જાય તેનો કદી વિશ્વાસ ન કરવો.

મોહનનો આવો જવાબ સાંભળીને ગોપાલનું માથું શરમથી નીચું થઈ ગયું.

# 20
# ઉંદર અને સિંહ

એક જંગલમાં સિંહ રહેતો હતો. ઉનાળાના દિવસો હતા. આકરો તાપ હતો. સિંહ ગરમીથી અકળાઈ ગયો હતો. તે ઝાડના છાંયે બેસી ઊંઘતો હતો. એવામાં એક ઉંદર ત્યાં આવી ચડ્યો. સિંહને ઊંઘતો જોઈ તે તેના શરીર પર દોડાદોડી કરવા લાગ્યો. તેના શરીર પર તે રમવા લાગ્યો.

ઉંદર સિંહની કેશવાળી પકડી ઝૂલા ખાતો હતો. ત્યાં તેની પૂંછડી સિંહના નાકમાં ભરાઈ. તેથી સિંહની ઊંઘ ઊડી ગઈ. તેણે 'હાક.. છી !' કરી છીંક ખાતાં ખાતાં એક ઉંદરને ભાગતો જોયો. તેણે નાસતા ઉંદરની પૂંછડી પોતાના પંજાથી દબાવી દીધી.

ઉંદર ખૂબ ડરી ગયો. તે કરગરીને બોલ્યો - સિંહદાદા આપ જંગલના રાજા છો. મારો એક ગુનો માફ કરી મને છોડી દો. જરૂર પડશે ત્યારે હું એનો બદલો વાળી આપીશ !

સિંહ એ સાંભળી હસી પડ્યો અને બોલ્યો - ઉંદરડા ! નાનકડા જીવડા જેવો તું વળી મને શી મદદ કરવાનો ?

ઉંદરે હાથ જોડી ફરી વિનંતી કરી - સિંહદાદા, એક વખત મને જીવતદાન આપો. તમારો ઉપકાર જિંદગીભર યાદ રાખીશ. આટલું બોલતાં ઉંદરની આંખમાં આંસુ આવી ગયાં. નાનકડા ઉંદરને રડતો જોઈ સિંહને તેની દયા આવી. તેણે ઉંદરને જવા દીધો.

થોડાક દિવસો પછી સિંહને પકડવા શિકારીઓ જંગલમાં ઘૂસી ગયા. તેણે સિંહને પકડવા જાળ પાથરી. પછી જાળને સૂકા પાંદડાંથી

ઢાંકી દીધી. સિંહ ત્યાંથી ચાલવા ગયો. પણ તે શિકારીઓએ પાથરેલી જાળમાં ફસાઈ ગયો. શિકારીઓએ તેને જાળમાં બરાબરનો બાંધીને ઝાડની ડાળીએ લટકાવી દીધો. પછી તેઓ તે સિંહને લઈ જવા માટે એક મોટું પાંજરું લેવા ગયા. સિંહે જાળમાંથી છૂટવાં ઘણાં ફાંફાં માર્યાં પણ કંઈ વળ્યું નહિ ! થાકીને સિંહે ગર્જના કરવા માંડી.

નાનકડા ઉંદરે સિંહની આ ગર્જનાઓ સાંભળી. તે સિંહનો અવાજ ઓળખી ગયો. તરત જ તે સિંહ પાસે દોડી આવ્યો. આવીને જૂએ તો સિંહદાદા ઝાડ ઉપર જાળમાં બંધાયેલા હતા.

ઉંદર બોલ્યો - સિંહદાદા, ધીરજ રાખજો. શિકારીઓ તમને લેવા આવે તે પહેલાં જ હું જાળ કાપી નાખીશ ને તમને બંધનમાંથી છોડાવી દઈશ ! એમ કહી ઉંદર ઝાડ પર સડસડાટ ચડી ગયો. પોતાના તીણા દાંતથી જાળ કાપવા માંડી. કટ ... કટ ... કટ...જોતજોતામાં તીણા દાંત વડે આખી જાળ કોતરી કાઢી.

જાળ કપાતાં સિંહ ભફાંગ અવાજ સાથે જમીન પર પડ્યો. છુટકારાનો દમ લેતાં તે બોલ્યો - મિત્ર, તારો ખૂબ આભાર. મોટાઈમાં ફુલાઈને તને નાનો જાણી તારી ખોટી અવગણના કરી પણ હવે મને તેનો પસ્તાવો થાય છે.

સિંહની વાત સાંભળી ઉંદરને સંતોષ થયો કે ભલે પોતે નાનો રહ્યો પણ પોતાના પર થયેલા ઉપકારનો બદલો તે બરાબર વાળી શક્યો હતો.

# 21
# ઉંદર સાત પૂંછડિયો

એક ઉંદરડીના નાના બચ્ચાંને સાત પૂંછડી હતી. ઉંદરડી તેનું બહુ જતન કરતી હતી. એ સાત પૂંછડિયો ઉંદર થોડો મોટો થયો એટલે તેની માએ એને નિશાળે ભણવા મોકલ્યો.

નિશાળમાં છોકરાઓને ઉંદરની સાત પૂંછડીઓ જોઈને રમૂજ થઈ. છોકરાઓ ઉંદરને ખીજવવા લાગ્યા. ઉંદર સાત પૂંછડિયો ! ઉંદર સાત પૂછડિયો! છોકરાઓના મોઢે આવું સાંભળી ઉંદર રડતો રડતો ઘેર આવ્યો.

ઉંદરડીએ પૂછયું - બેટા રડે છે કેમ ?

ઉંદર કહે - મા નિશાળમાં મને છોકરાઓ સાત પૂંછડિયો કહીને ખીજવે છે.

ઉંદરડી કહે - બેટા, એમાં રડવાનું ન હોય. જા વાળંદ પાસે જા. એક પૂંછડી કપાવી આવ.

માની વાત સાંભળીને ઉંદર વાળંદ પાસે એક પૂંછડી કપાવી આવ્યો.

ઉંદર બીજે દિવસે નિશાળે ગયો. છોકરાઓ બરાબર પૂંછડીઓ ગણી પાછા ખીજવવા લાગ્યા.

ઉંદર છ પૂંછડિયો ! ઉંદર છ પૂંછડિયો !

ઉંદર નિશાળમાંથી ભાગ્યો અને ઘેર આવી માને કહે - મા મને તો હજુ છોકરાઓ ઉંદર છ પૂંછડિયો કહીને ખીજવે છે.

મા કહે - કાંઈ વાંધો નહિ. જા એક પૂંછડી કપાવી આવ. ઉંદર વળી પાછો એક પૂંછડી કપાવી આવ્યો.

આમ ઉંદર દરરોજ એક પૂંછડી કપાવે. એમ કરતાં ઉંદરને એક જ પૂંછડી રહી. તો પણ નિશાળમાં બધાં છોકરાઓએ ઉંદરને ખીજવ્યો.

ઉંદર એક પૂંછડિયો ! ઉંદર એક પૂંછડિયો !

છોકરાઓથી કંટાળીને ઉંદરે ઘેર આવી માને પૂછ્યા વિના છેલ્લી પૂંછડી જાતે જ કાપી નાખી. પછી અરીસામાં જોયું ને બોલ્યો - હવે મારે પૂંછડી જ નથી. એટલે છોકરાઓ મને ખીજવી નહિ શકે.

બીજે દિવસે ઉંદર નિશાળે ગયો. છોકરાઓને વધારે ગમ્મત પડી. એ તો ઉંદરને ઘેરી વળીને ખીજવવા લાગ્યા.

ઉંદર બાંડો ! ઉંદર બાંડો !

ઉંદર ઘેર આવી માને ફરિયાદ કરી.

ઉંદરડી કહે - બેટા, તારે તારી બધીજ પૂંછડીઓ કપાવી નાખવાની જરૂર ન હતી. બધાં ઉંદરને એક પૂછડી તો હોય જ.

ઉંદર રડતા રડતા બોલ્યો - મા, ગમે તેમ કર, મારે મારી પૂંછડી પાછી જોઈએ છે.

મા વિચાર કરીને કહે - જા તારી કપાયેલી પૂંછડી લઈ આવ તો.

ઉંદરે દોડતા જઈને પોતાના ઓરડામાંથી પૂંછડી લઈ આવી માને આપી.

માએ ખૂબ મહેનત કરી ઉંદરને તેની કપાયેલ પૂંછડી ફરી સરસ રીતે લગાવી આપી અને કહ્યું કે હવે પછી છોકરાંઓને જે બોલવું હોય તે ભલે બોલે પણ તું તેના તરફ બિલકુલ ધ્યાન આપીશ નહિ.

ઉંદરભાઈ તો પછી રોજ નિશાળે જવા લાગ્યા અને ભણવામાં ધ્યાન આપવા લાગ્યા. છોકરાંઓએ થોડા દિવસ ઉંદરને ખિજાવવાની કોશિશ કરી જોઈ પણ ઉંદરે તો તેમના તરફ બિલકુલ ધ્યાન આપ્યું નહિ એટલે તેમણે પણ ઉંદરને હેરાન કરવાનું છોડી દીધું. ઉંદરભાઈ તો ખૂબ ભણીને પહેલા નંબરે પાસ થઈ ગયા !

# 22
# ગમે તેને ભાઈબંધ ન બનાવાય

જંગલમાં એક શિયાળ અને એક હરણ રહે. શિયાળ રોજ મનમાં વિચારે, આ હરણને મારીને ખાઈ જાઉં. પણ તે હરણના જેટલી ઝડપે દોડી શકે નહિ. આથી તેની ઈચ્છા પૂરી થતી નહિ.

એક વાર શિયાળે એક યુક્તિ કરી. હરણના જવા આવવાના રસ્તે બેસીને ધ્રુસકે ધ્રુસકે રડવા લાગ્યું. હરણે શિયાળને રડતું જોયું. એણે શિયાળને રડવાનું કારણ પૂછ્યું. શિયાળ કહે, "મારે કોઈ ભાઈબંધ નથી. હું એકલો કેવી રીતે જીવું ? મારે હવે નદીમાં ડૂબી મરવું છે".

હરણને શિયાળ પર દયા આવી. તે શિયાળને કહે, "મરી ગયા પછી ભાઈબંધ કેવી રીતે મળવાનો? જીવીશ તો ભાઈબંધ મળશે. કોઈ ન હોય તો હું આજથી તારો ભાઈબંધ, બસ!"

શિયાળની યુક્તિ સફળ થઈ.

પછી તો હરણ અને શિયાળ સાથે સાથે ફરવા લાગ્યાં. એ જંગલમાં એક કાગડો હરણનો મિત્ર હતો. તેણે હરણને શિયાળ સાથે જતું જોઈને પૂછ્યું, "દોસ્ત, દોસ્ત, તારી સાથે આ નવું કોણ છે?"

હરણ કહે, "એ મારો નવો ભાઈબંધ છે".

કાગડો કહે, "કોઈને પૂરેપૂરો ઓળખ્યા વિના ભાઈબંધ બનાવાય નહિ". આ સાંભળી શિયાળે કહ્યું: "કાગડાભાઈ, ભાઈબંધ થયા પછી જ

એકબીજાને ઓળખીએ ને! શું તમે પહેલાં હરણને ઓળખતા હતા?"

પણ કાગડાને શિયાળમાં વિશ્વાસ બેઠો નહિ. એક દિવસ શિયાળ હરણને એક ખેતરમાં લઈ ગયું. ત્યાં તેને સારું સારું ખાવાની ખૂબ મજા પડી ગઈ. પછી તો બંને ભાઈબંધો રોજ એ ખેતરમાં જવા લાગ્યા. ખેતરમાં પાકનો બગાડ થતો જોઈ ખેતરના માલિકે એક દિવસ ખેતરમાં જાળ નાખી. હરણ એમાં ફસાઈ ગયું. શિયાળની યુક્તિ સફળ થઈ. હરણ જાળમાં જ મરી જાય એની રાહ જોતું શિયાળ થોડે દૂર સંતાઈને બેઠું.

કાગડાએ હરણને જોયું નહિ તેથી તેને ચિંતા થવા લાગી. તે હરણને શોધવા નીકળી પડ્યો. ઊડતાં ઊડતાં એણે પેલા ખેતરમાં હરણને જાળમાં ફસાયેલું જોયું. કાગડાએ હરણને હિંમત આપતાં કહ્યું: "ભાઈબંધ, તું ફિકર કરીશ નહિ. તું મડદા જેવો થઈને પડ્યો રહેજે. હું ‘કા કા’ બોલું એટલે તું દોડવા માંડજે". થોડી વાર પછી ખેતરનો માલિક ત્યાં આવ્યો. તેણે જાળમાં મરેલા હરણને જોયું તેણે જાળ ઉપાડી લીધી. તે જ વખતે કાગડો ‘કા કા’ કરવા લાગ્યો. કાગડાનો અવાજ સાંભળી હરણે ઊભા થઈને દોડવા માંડ્યું. ખેતરના માલિકે આ જોયું એટલે તેણે હાથમાંની લાકડી હરણ પર ફેંકી. પણ હરણ દૂર નીકળી ગયું હતું એટલે બચી ગયું. શિયાળ બાજુમાં જ સંતાઈને બેઠું હતું. હરણ ભાગ્યું એટલે શિયાળ પણ ભાગવા માંડ્યું. ત્યાં તો ખેડૂતની લાકડી વાગી શિયાળના માથા પર અને શિયાળના ત્યાં જ રામ રમી ગયા.

હરણ અને કાગડાએ ખાધું, પીધું ને મોજ કરી.

# 23

# ફુલણજી દેડકો

એક દેડકો હતો. તે પોતાનાં ચાર બચ્ચાં અને દેડકી સાથે કૂવામાં રહે. દેડકો ખૂબ ખાઉધરો. તે ખાઈ ખાઈ ખૂબ જાડો પાડો થઈ ગયો હતો. તે માનતો કે પોતાનાથી બીજું કોઈ મોટું છે જ નહિ.

દેડકાનાં ચારે બચ્ચાં કૂવાની પાળે રમતાં હતાં. તેમણે દૂરથી ચાલ્યો જતો એક હાથી જોયો. પહેલાં કોઈ દિવસ તેમણે આવું વિશાળકાય પ્રાણી જોયું ન હતું. તેઓ ખૂબ ડરી ગયાં ને કૂવાના પાણીમાં કૂદી પડ્યાં. પોતાની મા દેડકી પાસે જઈ બોલ્યાં, 'મા, મા આજે અમે એક મોટા કાળા પહાડ જેવું પ્રાણી જોયું. તેને લાંબું નાક હતું. મોટા ઝાડના થડ જેવા ચાર પગ હતા. ગાગર જેવું મોટું પેટ હતું'.

બચ્ચાંની વાત સાંભળી દેડકો મોટી ફલાંગો ભરતો ત્યાં આવી પહોંચ્યો ને બોલ્યો, 'હોય જ નહિ મારાથી મોટું બીજું કોઈ હોઈ જ ન શકે!'

ચારે બચ્ચાં કહે, ' ખરેખર અમે બહુ જ મોટું પ્રાણી જોયું છે.'

દેડકાએ પોતાનું પેટ ફુલાવ્યું ને પૂછ્યું, 'આટલું મોટું પ્રાણી?'

બચ્ચાં કહે, 'ના બાપા હજુ મોટું.'

દેડકાએ ફરી પોતાનું પેટ વધુ ફુલાવ્યું ને કહ્યું, 'આટલું મોટું?'

બચ્ચાં કહે, 'ના ખૂબ જ મોટું તેનું પેટ હતું.' દેડકાએ ખૂબ જોર કરી પોતાનું પેટ ફુલાવ્યું.

ચારે બચ્ચાં બોલી ઊઠયાં, 'ના તેનું પેટતો આનાથી ખૂબ જ મોટું હતું.'

દેડકો કહે, ' હવે જુઓ હું વધુ પેટ ફુલાવી તમને બતાવું છું કે હું કેટલો મોટો છું.'

દેડકી કહે, ' દેડકા રાજા તમે ખોટું જોર કરવાને બદલે આપણાં બચ્ચાંની વાત સમજો તો ખરા?'

દેડકો કહે, 'મારા કરતા બીજું કોઈ મોટું હોઈ જ ન શકે.' એમ કહીને તે ફરી ખૂબ જોર કરી પોતાનું પેટ ફુલાવવા લાગ્યો. થોડી વારે મોટા અવાજ સાથે દેડકાનું પેટ ફાટી પડ્યું.

બિચારો દેડકો ! ખોટું અભિમાન કરી પોતાની તાકાત કરતાં વધુ જોર કરવા જતાં પોતાનો જીવ ગુમાવી બેઠો !

# 24

# ઉપકારનો બદલો અપકાર

એક કૂતરી હતી. કૂતરીને ચાર ગલૂડિયાં હતાં. રહેવા માટે તેની પાસે કોઈ જગ્યા નહોતી. શિયાળો આવી પહોંચ્યો. ખૂબ ઠંડી પડવા માંડી. કૂતરી અને બચ્ચાં ઠંડીમાં ધ્રૂજવા માંડ્યાં. કૂતરીને થયું કે જો રહેવાની કોઈ વ્યવસ્થા નહીં કરું તો બચ્ચાં મરી જશે. નજીકમાં જ એક કૂતરાની બખોલ હતી. કૂતરી કૂતરાને આજીજી કરીને બોલી, 'ભાઈ, મારાં ગલૂડિયાં ટાઢમાં મરી જશે. બખોલમાં જગ્યા હોય તો બચ્ચાંને રહેવા દો.'

કૂતરો ભલો હતો. તે બોલ્યો, 'બચ્ચાંને પણ લઈ આવ અને તું પણ આવી જા. હું બીજે જાઉં છું. થોડા દિવસ પછી આવીશ. ત્યાં સુધીમાં ટાઢ ઓછી થઈ જશે.'

કૂતરો જતો રહ્યો. જોતજોતામાં થોડાં દિવસો વીતી ગયા. ટાઢ પણ ઓછી થઈ ગઈ. એક દિવસ કૂતરો આવી પહોંચ્યો. કૂતરીને કહ્યું, 'હવે મારું ઘર ખાલી કરી આપ.'

કૂતરીને એ ઘર છોડવું નહોતું. એણે બહાનું કાઢીને કહ્યું, 'મારાં બચ્ચાં હજી નાનાં છે. એમને લઈને ક્યાં જાઉં? થોડા દિવસ હજી અમને રહેવા દો તો મહેરબાની.'

કૂતરો બોલ્યો, 'ભલે, થોડા દિવસ રહો. પણ હવે પાછો આવું ત્યારે ઘર ખાલી કરી આપજે.'

કૂતરો જતો રહ્યો. થોડો સમય વીતી ગયો. એક દિવસ કૂતરો આવી પહોંચ્યો. કૂતરાને દૂરથી આવતો જોઈને કૂતરી બખોલમાંથી બહાર આવી ગઈ. કૂતરો બોલ્યો, 'હવે તો બચ્ચાં મોટાં થઈ ગયાં ને ?'

કૂતરીએ કહ્યું, 'હા બહુ મોટાં થઈ ગયાં છે. એ ચાર ને હું પાંચમી. ને તું છે એકલો. જરાપણ ડબડબ કરીશ તો જોવા જેવી થશે. માટે છાનોમાનો જતો રહે અહીંથી.'

કૂતરો સમજી ગયો કે કૂતરીની દાનત બગડી છે. એણે પોતાનું ઘર પચાવી પાડ્યું છે. એ કંઈ બોલવા જાય ત્યાં તો મોટામોટા ચાર ડાઘીયા કૂતરા બહાર આવ્યા ને ઘૂરકવા માંડ્યા. કૂતરો નિરાશ થઈ ત્યાંથી ચાલતો થયો. ઘર ગુમાવ્યાનું એને બહુ દુઃખ થયું. પણ વધુ દુઃખ તો એને એ વાતનું થયું કે જે કૂતરી પર દયા કરી એ કૂતરીએ જ એનું ઘર આંચકી લીધું. પોતે એના પર ઉપકાર કર્યો પણ એણે કેવો બદલો વાળ્યો.

બીજા ઉપર ઉપકાર કરવા જતી વખતે એ વાત હંમેશા યાદ રાખવી કે આ જગતમાં ઘણા લોકો ઉપકારનો બદલો અપકારથી પણ વાળે છે !

# 25
# કોણ વધુ બળવાન?

એક વખત પવન અને સૂરજ ચડસાચડસીમાં ઊતરી પડ્યા. પવન કહે, 'સૂરજ, તારા કરતાં હું બળવાન'.

'તું બળવાન? હં!' સૂરજે કહ્યું: 'મારી આગળ તારી કશી વિસાત નહિ, સમજ્યો?'

પવને કહ્યું: 'ના ના, તારા કરતાં હું ખૂબ બળવાન, બોલ!'

આ જ વખતે તેમણે પૃથ્વી પર રસ્તે ચાલ્યા જતા એક મુસાફરને જોયો. તેણે પોતાના શરીરે શાલ લપેટેલી રાખી હતી.

સૂરજે પવનને કહ્યું: 'પેલા મુસાફરની શાલ આપણા બેમાંથી જે ઉતરાવે તે વધુ બળવાન. બોલ છે કબૂલ?'

પવને કહ્યું: 'મંજૂર!'

'જા, પહેલી તક તને આપું છું', સૂરજે પવનને કહ્યું.

'અરે, હમણાં જ તેની શાલ ઉડાડી દઉં છું. જોજેને!' પવન બોલ્યો.

પવન મુસાફરના શરીર ઉપરથી શાલ ઉડાડવા જોરજોરથી ફૂંકાવા લાગ્યો. પરંતુ પવન જેટલો જોરથી ફૂંકાવા લાગ્યો, મુસાફર એટલા જ જોરથી શાલ કસીને પોતાના શરીર સાથે લપેટીને રાખવા લાગ્યો. આ સંઘર્ષ ત્યાં સુધી ચાલ્યો જ્યાં સુધી પવનનો વારો પૂરો ન થયો.

હવે સૂરજનો વારો આવ્યો. સૂરજે હળવેથી પૃથ્વી પર હૂંફાળું સ્મિત વેર્યું. મુસાફરને જરાક ગરમી લાગી. એણે તરત જ શાલની પકડ ઢીલી કરી નાંખી. જેમ જેમ સૂરજનું સ્મિત વધતું ગયું તેમ તેમ પૃથ્વી

પર ગરમી વધતી ગઈ. હવે મુસાફરને શાલ ઓઢી રાખવાની જરૂર ન લાગી. તેણે શાલ ઉતારીને પોતાના હાથમાં લઈ લીધી. પવનને માનવું પડ્યું કે પોતાનાથી સૂરજ બળવાન છે.

ઘણી વખત જે કામ બળથી ન થાય તે કેવળ મીઠડું સ્મિત કરી જાય છે!

# 26

# જ્યાં સંપ ત્યાં જંપ

એક હતો ખેડૂત. તેને પાંચ દીકરા હતા. તે બધા બળવાન અને મહેનતુ હતા. પણ તેઓ અંદરોઅંદર એકબીજા સાથે લડતા-ઝઘડતા હતા.

ખેડૂતની ઈચ્છા હતી કે પાંચેય દીકરા ઘરમાં સંપીને શાંતિથી રહે. એટલે તે એમને ખૂબ સમજાવતો. પરંતુ ખેડૂતની સલાહની દીકરાઓ પર કોઈ અસર થતી નહિ. તેથી ખેડૂત હંમેશા ચિંતાતુર રહેતો.

એ રોજ વિચાર કરતો કે આ છોકરા સંપીને રહે તે માટે શું કરવું જોઈએ? એક દિવસ અચાનક તેને ઉકેલ મળી ગયો. તેણે પાંચેય દીકરાને પોતાની પાસે બોલાવી કહ્યું: 'જુઓ આ લાકડાની ભારીમાંથી એક પણ લાકડી કાઢ્યા વિના આખી ભારી તમારામાંથી કોણ તોડી શકે છે?'

ખેડૂતના દરેક દીકરાએ વારાફરતી લાકડાની એ ભારી હાથમાં લીધી. દરેકે તે ભારીને તોડવા બળપૂર્વક ખૂબ પ્રયત્ન કર્યો. પરંતુ એમાંથી કોઈ પણ એ ભારી તોડી ન શક્યો.

પછી પેલા ઘરડા ખેડૂતે કહ્યું: 'ચાલો લાકડાની ભારી છોડી નાખો અને તેની લાકડી એક પછી એક તોડી નાખો.' દરેકે એક પછી એક લાકડી હાથમાં લીધી અને સરળતાથી તોડી બતાવી.

પછી ખેડૂતે સલાહ આપતાં કહ્યું: 'એક એક લાકડી સહેલાઈથી તૂટી ગઈ કેમકે તે મજબૂત નહોતી. પણ એ જ લાકડીઓ જ્યારે ભારીમાં બંધાયેલી હતી ત્યારે ખૂબ જ મજબૂત હતી. તમે પણ પાંચેય જણ

સંપથી રહેશો તો મજબૂત બનશો પરંતુ લડી ઝઘડીને અલગ અલગ રહેશો તો કમજોર બનશો.'

# 27
# પૈસાને વેડફાય નહિ

એક વેપારીને ઘેર એકનો એક દીકરો. આથી માતા-પિતા પુત્રને બહુ લાડ કરે. એને ખુશ રાખવામાં તેઓ કોઈ ખામી આવવા દે નહિ.

વધારે પડતાં લાડથી પુત્ર બગડવા લાગ્યો. એ જેમ જેમ મોટો થતો ગયો તેમ તેમ વધુને વધુ ઉડાઉ થતો ગયો. ખોટો ખરચ ન કરવો જોઈએ એવી એને ખબર પડતી નહિ. આથી માતા-પિતાને ચિંતા થવા લાગી. પુત્રને સુધારવા માટે માતા-પિતાએ ઘણા પ્રયત્નો કર્યા. પણ કોઈ ફરક પડ્યો નહિ.

એક દિવસ પિતાએ પુત્રને કહ્યું: 'બેટા, મારી પાસે જે કાંઈ છે તે તારું જ છે. પણ શરત એ કે તું પણ કમાઈ શકે છે એવું તારે બતાવવું પડશે. ત્યાં સુધી મારા પૈસામાંથી તને એક પૈસોય નહિ મળે.'

પિતાની ટકોરથી પુત્રને ખૂબ લાગી આવ્યું એણે નક્કી કર્યું, 'હું કમાઈ શકું છું એવું ચોક્કસ બતાવી આપીશ.'

બીજે દિવસે પુત્ર કામની શોધમાં નીકળ્યો. ફરતા ફરતા તેને લારી ખેંચવાનું મળ્યું. કામમાં અનાજની ગૂણો લારીમાં મૂકવાની ને બીજે દિવસે જઈને ઉતારવાની હતી. આખો દિવસ કાળી મજૂરી કરી ત્યારે એને એક રૂપિયો મળ્યો. રૂપિયો લઈ એ ઘેર ગયો. એણે રૂપિયો પિતાજીને આપ્યો. ઘરની પાછળ વાડામાં એક કૂવો હતો. પિતાએ તો પુત્રના દેખતાં એ રૂપિયો કૂવામાં નાખી દીધો.

થોડા દિવસ આમ જ ચાલ્યું. પિતા દીકરાને કશું કહે નહિ અને એની કમાણીનો રૂપિયો કૂવામાં નાંખી દે. હવે પુત્ર અકળાયો. તેણે પૂછ્યું, 'પિતાજી, મારી કાળી મજૂરીનો રૂપિયો તમે આમ કૂવામાં શા માટે નાખી દો છો?'

પિતાએ એને કહ્યું: 'હું જાણું છું કે તું દિવસભર સખત મજૂરી કરે છે ત્યારે એક રૂપિયો કમાય છે. તારી મહેનતનો એક રૂપિયો જ્યારે હું કૂવામાં નાંખી દઉં છું ત્યારે તારું હૃદય કપાઈ જતું હશે એ પણ હું સમજી શકું છું. એ જ પ્રમાણે દીકરા, મારા કમાયેલા રૂપિયા તું જ્યારે ગમે તેમ વેડફી નાખતો હતો ત્યારે મને કેવું લાગતું હશે એ તને હવે સમજાયું હશે.'

પુત્રને પોતાની ભૂલ સમજાઈ ગઈ. એણે પિતાને કહ્યું: 'હવેથી હું રૂપિયા ગમે તેમ વેડફીશ નહિ.'

# 28

# ચોરની લાકડી એક વેંત ટૂંકી

એક વખત નગરના મોટા પ્રતિષ્ઠિત વેપારીને ઘેર મોટી રકમની ચોરી થઈ ગઈ. વેપારીએ તે ચોરીની ફરિયાદ કાજી પાસે કરી પરંતુ ઘણી તપાસ કર્યા પછી પણ ચોરી કોણે કરી છે તે ખબર ન પડી ત્યારે તે મામલો અકબરના દરબારમાં આવ્યો.

અકબર બાદશાહે ચોરને શોધી કાઢવાનો હુકમ બીરબલને કર્યો. બીરબલે તે વેપારીને બોલાવ્યો અને પૂછ્યું: ‘તમને કોઈ પર શક છે? શક હોય તો કહી દેજો, ગભરાતા નહીં. તમને તમારું ચોરાયેલું ધન મળી જશે.’

વેપારીએ જવાબ દીધો, ‘હજૂર, મારો એવો અંદાજ છે કે મારા નોકરોમાંથી કોઈ એકે આ ચોરી કરી છે. કોઈ બહારના માણસનું આ કામ નથી. પરંતુ મારા ચાર-પાંચ નોકરોમાંથી કોણે ચોરી કરી હશે તે હું કહી શકતો નથી.’

બીરબલે સિપાહીને મોકલી તે વેપારીના નોકરોને તેડાવ્યા. જ્યારે ચારેય નોકરો આવી ગયા ત્યારે બીરબલે ચાર એક સરખી લાંબી લાકડીઓમાંથી એક એક લાકડી નોકરોને આપી અને કહ્યું: ‘જુઓ, આ જાદુઈ લાકડી તમારે ચારેયને તમારી પાસે આજ રાત પૂરતી રાખવાની છે.’

આમ કહી બીરબલે લાકડીઓ ઉપર મંત્ર ફૂંકવાનો ઢોંગ કર્યો. પછી કહ્યું: 'કાલે સવારે આવીને તમારે ચારેયે મને સૌ સૌની લાકડી બતાવવાની છે. જેણે ચોરી કરી હતે તેની લાકડી કાલ સવારે એક વેંત લાંબી થઈ જશે. અને જેણે ચોરી નહીં કરી હોય તેની લાકડી એ જ માપની રહેશે.' આમ કહી બીરબલે ચારેય નોકરોને અલગ અલગ ઓરડામાં બંધ કરી દીધા.

હવે બન્યું એવું કે જે ખરેખર ચોર હતો તેણે ઓરડામાં જઈ વિચાર્યું કે મેં ચોરી કરી છે તેથી મારી લાકડી સવાર સુધીમાં એક વેંત લાંબી જઈ જશે. તો હું આ લાકડીમાંથી એક વેંત અત્યારે જ કાપી નાખું તો સવારે મારી લાકડી લાંબી થશે તો બધા નોકરોની જેવડી જ થઈ જશે. આમ વિચારી તે ચોર નોકરે પોતાની લાકડી એક વેંત જેટલી કાપી નાખી.

તે લાકડી ખરેખર જાદુઈ નહોતી. સવારે જ્યારે ચારેય નોકરો પોતાની લાકડી લઈને હાજર થયા ત્યારે બીરબલે બધી લાકડી સાથે રાખી ને માપી અને તેણે તરત જ કહી દીધું કે આ એક વેંત નાની લાકડીવાળા નોકરે જ ચોરી કરી છે. નોકરની ચોરી પકડાઈ ગઈ હતી. તે હવે સજા મળવાના ભયથી ગભરાઈ ગયો. તેણે ચોરીની બધી વાત કબૂલ કરી લીધી. આમ બીરબલની ચતુરાઈને કારણે સાચો ચોર પકડાઈ ગયો અને વેપારીને તેનું ધન પાછું મળી ગયું અને ચોરને સજા થઈ.

# 29

# નકલ બગાડે, અક્કલ સુધારે

ઘણાં વરસો પહેલાંની વાત છે. એક ફેરિયો ટોપીનો વેપાર કરતો હતો. તે ગામે ગામ ફરી લોકોને કહેતો રંગબેરંગી ટોપી લઈ લો. એની રંગીન ટોપી લોકોને ગમતી હતી. લોકો તે ખરીદી લેતા હતા ને પહેરી ખુશ થતાં હતાં

એક દિવસ ટોપીનું પોટલું લઈ ખૂબ ચાલી તે થાકી ગયો હતો. રસ્તામાં એક મોટું ઝાડ આવ્યું. તેને થયું કે લાવ બે ઘડી આરામ કરું. ઝાડની છાયામાં તે પગ લંબાવી સૂતો. ઝાડ નીચે સરસ ઠંડો પવન આવતો હતો. થોડીવારમાં તો તે ઘસઘસાટ ઊંઘી ગયો.

એ ઝાડ ઉપર વાંદરા બેઠા હતા. વાંદરાંઓએ રંગબેરંગી ટોપીનું પોટલું જોયું ને નીચે ઊતરી આવ્યાં. એક અટકચાળા વાંદરાને તોફાન સૂઝ્યું. તેણે ટોપીઓનું પોટલું છોડી નાંખ્યું અને એક ટોપી કાઢી પહેરી લીધી. એનું જોઈને બાકીના બધાં વાંદરાંઓએ પણ ટોપીઓ લઈને પહેરી લીધી. કોઈએ એક રંગની ટોપી પહેરી તો બીજાએ બીજા રંગની ટોપી માથે ચડાવી.

થોડીવારે ફેરિયો જાગ્યો. એણે જોયું તો પોટલું ખાલી ને ટોપીઓ ગુમ. આજુબાજુ બધે જોયું તો ક્યાંય ટોપીઓ ન દેખાય. પછી ઉપર નજર કરી તો દેખાયું કે ઝાડ ઉપર ઘણાં બધાં વાંદરાંઓ ટોપી પહેરી

કૂદાકૂદ કરતાં હતાં.

થોડો વખત તો તે વિચારમાં પડી ગયો કે હવે કરવું શું? વિચાર કરતા કરતા ફેરિયાને એક યુક્તિ જડી ગઈ. તે જાણતો હતો કે વાંદરાં નકલખોર હોય છે. તેણે પોતે પહેરેલી ટોપી માથેથી ઉતારી હાથમાં લીધી અને વાંદરાઓની તરફ જોરથી દૂર ફેંકી. વાંદરાંઓએ આ જોયું અને તેઓએ પણ ફેરિયાની નકલ કરી. ફેરિયાની જેમ જ દરેક વાંદરાએ પોતાના માથેથી ટોપી ઉતારી ફેરિયા તરફ ફેંકી.

બધી ટોપીઓ ટપોટપ નીચે આવી ગઈ. ફેરિયાએ બધી ટોપી વીણી લીધી અને તે પોટલામાં બાંધી ત્યાંથી ઝટપટ રવાના થઈ ગયો.

નકલ કામ બગાડે પણ અક્કલ કામ સુધારે તે આનું નામ !

# 30
# શું ચડે? ભણતર કે સમજ?

એક ગામમાં ચાર મિત્રો રહેતા હતા. તેમાંના ત્રણ ખૂબ ભણીને વિદ્વાન થયા હતા. આમ તો તેઓ જ્ઞાનનો ભંડાર હતા પણ તેમનામાં સામાન્ય સમજદારીનો તદ્દન અભાવ હતો. ચોથો મિત્ર કંઈ ખાસ ભણ્યો ન હતો પણ તેનામાં સામાન્ય સમજ ઘણી હતી.

એક દિવસ ચારે મિત્રો પોતપોતાનું નસીબ અજમાવવા રાજાની રાજધાની તરફ જવા નીકળ્યા. રસ્તામાં એક જંગલ આવતું હતું. તેઓ હસી-મજાક કરતા જંગલમાંથી પસાર થતા હતા. અચાનક તેમની નજર એક ઝાડ નીચે પડેલાં હાડકાંના ઢગલા પર પડી. ચારેય મિત્રો ધીરે ધીરે ચાલતા હાડકાંના ઢગલા પાસે પહોંચ્યા. તેઓને થોડો ડર પણ લાગ્યો. પેલા વિદ્વાન મિત્રોમાંના એકે તો હાડપિંજરને બરાબર ધ્યાનથી જોયું પછી બોલ્યો: ‘આ કોઈ સિંહનાં હાડકાં લાગે છે. હું મારી વિદ્યાના બળે આ હાડકાને એકબીજાં સાથે ગોઠવી મરેલા સિંહનું હાડપિંજર તૈયાર કરી આપી શકું તેમ છું.’ એમ કહી તેણે સિંહનું હાડપિંજર તૈયાર કર્યું.

હાડપિંજર જોઈને બીજા વિદ્વાન મિત્રે કહ્યું: ‘મારી વિદ્યાથી હું આમાં લોહી, માંસ-મજ્જા ભરી દઉં અને તેની પર ચામડી મઢી દઉં!’ એમ કહી તેણે હાડપિંજરને લોહી, માંસ-મજ્જા, ચામડીથી તૈયાર કરી દીધું.

આ જોઈ ત્રીજો વિદ્વાન મિત્ર બોલ્યો, 'મારી વિદ્યાથી આ સિંહને હું જીવતો કરી શકું.' પેલા ઓછું ભણેલા ચોથા મિત્રે વિચાર્યું કે આ સિંહ જીવતો થશે તો કોઈને છોડશે નહિ. તેણે સૌને ચેતવ્યા કે આ સિંહને જીવતો કરીને આપણે કોઈ ખતરો ઊભો કરવો નથી.

એક વિદ્વાન મિત્ર બોલ્યો, 'આ મૂર્ખ આપણી વિદ્યાની અદેખાઈ કરે છે. આપણે એનું કાંઈ સાંભળવું નથી.'

બીજા બે વિદ્વાન મિત્રો પણ તેની વાત સાથે સંમત થયા. પેલો ચોથો શાણો મિત્ર દોડીને દૂર ઝાડ પર ચઢી ગયો. પેલા ત્રણ વિદ્વાન મિત્રો તેના તરફ હસ્યા. તેની મજાક ઉડાવી.

એક જણ બોલ્યો, 'સાવ ડરપોક!

બીજો કહે, 'અદેખો છે અદેખો!'

પછી પેલા ત્રીજા વિદ્વાન મિત્રે સિંહમાં પ્રાણ પૂર્યો કે તરત સિંહ આળસ મરડીને ઊભો થયો અને ત્રાડ પાડી. પાસે જ ઊભેલા પેલા ત્રણ વિદ્વાન મિત્રો પર સિંહ તૂટી પડ્યો અને તેમને ફાડી ખાધા. ઝાડ પર ચડી ગયેલા પેલા ચોથા મિત્રને તેની સામાન્ય બુદ્ધિ અને ડહાપણે બચાવી લીધો.

આપણી પાસે જે કોઈ જાણકારી કે જ્ઞાન હોય તેનો વગર વિચારે ઉપયોગ ન કરવો જોઈએ.

# 31
# મગતરાંએ મહારથીને નમાવ્યો

એક વખત જંગલના રાજા સિંહને મનમાં અભિમાન આવ્યું કે આ આખા જગતમાં મારા જેવો બીજો કોઈ બળિયો નથી.એક દિવસ તેને એક મચ્છર સામે મળ્યો. મચ્છરને સિંહના અભિમાનની ખબર હતી. મચ્છરે વિચાર્યું કે આજે મોકો છે. લાવ સિંહનું ખોટું અભિમાન ઉતારું.

મચ્છરે સિંહને કહ્યું, 'ઓ વનરાજ, તમારામાં હિંમત હોય તો મારી સાથે લડવા આવી જાઓ.' વનરાજે જવાબ ન આપ્યો એટલે સિંહને ખીજવવા લાગ્યો, 'કેમ મારાથી ગભરાઈ ગયાને? સિંહ બીકણ, સિંહ બીકણ.'

'જા, જા, તારા જેવા જંતુ સાથે કોણ લડે? તારા જેવા મગતરાં સાથે લડવામાં મારી શોભા નહિ.' સિંહે કહ્યું.

મચ્છર કહે, 'ખોટું અભિમાન કરવાનું રહેવા દો. ખરી હિંમત હોય તો સામે આવો.'

મચ્છરનું મહેણું સાંભળી સિંહ તો ખિજાયો અને ત્રાડ પાડતો મચ્છર સામે ધસ્યો. મચ્છર ગણગણ કરતો સિંહના નાકની અંદર જઈ બેઠો ને ત્યાં તેને ચટકા ભરવા લાગ્યો. સિંહ ખૂબ ખિજાયો. તેણે પોતાના નાક ઉપર પંજો માર્યો. મચ્છર તો ઊડી ગયો પણ પંજો પોતાના જ નાક પર લાગ્યો. સિંહ વધુ ખિજાયો. ફરી પાછો મચ્છર નાક પર આવી બેઠો ને

વળી સિંહે પંજો માર્યો. મચ્છર ઊડી ગયો. ફરીથી સિંહને જ વાગ્યું. નાક તો લાલ ચોળ થઈ ગયું.

સિંહ ગુસ્સાથી પાગલ થઈ ગયો. તેણે મોટી ત્રાડ પાડી, પંજો પછાડ્યો ને પૂછડું જોરથી ઉછાળ્યું. પણ પેલો મચ્છર તો હળવેથી તેના મોં પર બેઠો ને ચટ દઈને કરડ્યો.

ધીમેથી તેના કાનમાં પેઠો ને ચટ દઈને કરડ્યો. ધીમેથી તેના પૂંછડા પર બેઠો ને ચટ દઈને કરડીને ઊડી ગયો. બિચારો સિંહ! મચ્છરને ભગાડવા પૂછડું જોર જોરથી પછાડે કે જેથી મચ્છર મરી જાય પણ થાય ઊંધું. છેવટે પોતાને જ વાગે.

આખરે સિંહ થાકી ગયો. તેણે મચ્છરને કહ્યું, 'ભાઈ, તારાથી હું હાર્યો. કબૂલ કરું છું કે તું મારાથી બળિયો છે.'

સિંહને આમ કરગરતો જોઈ મચ્છરને ખૂબ મજા પડી. સિંહને ફરતાં બે ચાર ચક્કર લગાવી તે ઊડી ગયો. મચ્છર ગયો તેથી સિંહને નિરાંત થઈ.

ઘણી વખત નાના મગતરાં પણ મહારથીને નમાવી શકે છે.

# 32
# દોડવીર કાચબો

એક કાચબો શાંતિથી ધીમે ધીમે ચાલતો જતો હતો. ત્યાં સસલાનું એક ટોળું તેની પાસેથી નાચતું કુદતું નીકળ્યું. તેમાંથી એક સસલાએ પાછા વળી કાચબાની મશ્કરી કરતાં કહ્યું, 'કાચબાભાઈ તમે કેવા ઠચૂક ઠચૂક ચાલો છો. અમને પણ તમારા જેવી ચાલ શીખવોને!'

કાચબાએ અગાઉ ઘણાં સસલાં જોયા હતા. એને ખબર હતી કે સસલાં કોઈ કામ ચીવટથી કરી શકતા નથી. તેઓ બેદરકાર ને ઉંઘણશી હોય છે. આથી તેણે વટથી કહ્યું, 'સસલાભાઈ! મારી ચાલ ભલે ઠચૂક હોય તો પણ તમારા જેવા દોડવીરને પણ દોડવાની હરીફાઈમાં હરાવી શકું તેવો છું સમજ્યા!'

આ બંનેની વાત ત્યાં ઊભેલા એક શિયાળે સાંભળી. તેણે સસલાને પાનો ચડાવતાં કહ્યું, 'અરે સસલાભાઈ! આ કાચબાએ તમારા જેવા દોડવીરને પડકાર ફેંક્યો છે છતાં તમે ચૂપ કેમ છો?'

સસલાએ કાચબાને કહ્યું, 'ચાલો આપણે બન્ને શરત લગાવીએ. દોડવાની હરીફાઈમાં કોણ જીતે છે?'

કાચબો તરત બોલ્યો, 'ચાલો અત્યારે જ કરીએ ફેંસલો. હું તમારી સાથે હરીફાઈમાં દોડવા તૈયાર છું!'

બીજાં બધાં સસલાંઓ દોડ હરીફાઈ જોવા ભેગાં થઈ ગયાં. સસલાએ ઊંચા થઈ દૂર દૂર રહેલો એક ખડક બતાવી કહ્યું, 'કાચબાભાઈ સામે દેખાતા ખડક પાસે પહેલું પહોંચે તે જીત્યું ગણાશે.'

કાચબાએ કહ્યું, 'એ બરાબર છે.' કાચબો અને સસલો દોડવા માટે ઊભા રહી ગયા.

શિયાળે ઝંડો ફરકાવી દોડ હરીફાઈ શરૂ કરાવી. કાચબો માંડ્યો ઠચૂક ઠચૂક ચાલવા. સસલો માંડ્યો ઝડપથી દોડવા. થોડી વારમાં જ સસલો તો ઘણે દૂર પહોંચી ગયો. સસલાને થયું, 'કાચબાને આટલે સુધી પહોંચતાં ઘણી વાર થશે તેથી લાવ જરા આરામ કરી લઉં.'

સસલો ઝાડ નીચે બેઠો. ઠંડો પવન વાતો હતો. ત્યાં તેને ઊંઘ આવી ગઈ.

થોડી વારે સસલો ઊંઘમાંથી જાગ્યો. જુએ છે તો પેલા દૂરના ખડક પાસે કાચબો જઈને ઊભો હતો. સસલો શરમાઈ ગયો. તેણે કાચબા પાસે જઈ પોતાની હાર કબૂલી લીધી.

કાચબાએ કહ્યું, 'સસલાભાઈ જુઓ મેં ઠચૂક ઠચૂક ચાલીને ભલે શરત જીતી લીધી પણ તમે જો ચીવટ રાખી હોત અને કામના વખતે ઊંઘવાનું ટાળ્યુ હોત તો તમે જીતી ગયા હોત. હું કંઈ તમારા જેટલી ઝડપે થોડો દોડી શકવાનો હતો. આ તો તમારી બેદરકારીએ મને જિતાડ્યો છે!'

શિયાળ કહે, 'ઉતાવળા સો બહાવરા ધીરા સો ગંભીર એ વાત સાચી છે.'

# 33
# કરતા હોય સો કીજિયે

કલવો કાગડો આખો દિવસ ગામ આખાનાં દરેક ઘરેથી લાગ જોઈને ખાવાનું લઈ આવે. પછી નદીને કિનારે ઝાડ પર બેસી નિરાંતે ખાય.તે દરરોજ બગલાને માછલાં પકડતાં જુએ. ક્યારેક બગલો કાગડાને નાની નાની માછલીઓ ખાવા માટે આપે.

થોડા દિવસોમાં કાગડો અને બગલો ભાઈબંધ થઈ ગયા. બગલો દરરોજ ઊંચે ઊડે. પાણીમાં જુએ. માછલું દેખાય કે સરરર કરતો નીચે આવે અને પોતાની લાંબી ચાંચ પાણીમાં નાખી માછલું પકડી પાડે. બગલાને મોટી પાંખ, લાંબી ચાંચ અને જોર ઘણું એટલે સહેલાઈથી તે આ કામ કરે.

એક દિવસ કાગડાને વિચાર આવ્યો કે 'હું પણ બગલાની જેમ માછલાં પકડું તો મારે ગામ આખામાં ભટકીને ખાવાનું શોધવું ન પડે. નદીને કિનારે શાંતિથી રહી શકું અને બગલાની ગરજ મટે.' એવું વિચારી કાગડો આકાશમાં ઊડ્યો. પાણીમાં નજર કરીને જુએ તો નીચે છીછરા, કાદવ અને શેવાળવાળા પાણીમાં થોડા માછલાં દેખાયા એટલે ઊંચા પગ કરી, હતું એટલું જોર કરી પાણીમાં પડ્યો.

છીછરા પાણીમાં પડતાં વેંત તેની ચાંચ ચીકણી શેવાળમાં ફસાઈ ગઈ. મોં અને આંખ કાદવથી ખરડાઈ ગયાં. પૂંછડી પાણી બહાર રહી ગઈ અને ઊંધા માથે પટકાયેલા કાગડાભાઈ તરફડવા લાગ્યા. કલવા કાગડાને તરફડતો જોઈ બગલો ત્યાં આવી પહોંચ્યો અને તેને

પૂંછડીએથી પકડી બહાર ખેંચી કાઢ્યો.

કલવો કાગડો શરમાઈ ગયો. બગલો જતાં જતાં કહેતો ગયો કે,

કરતા હોય સો કીજિયે ઓર ન કીજિયે કગ
માથું રહે શેવાળમાં ને ઊંચા રહે બે પગ

કલવાભાઈને છેવટે સમજ પડી કે કોઈનું આંધળું અનુકરણ એ મૃત્યુનું કારણ બની શકે છે.

# 34
# લાલચુ કૂતરો

એક કૂતરો હતો. તે ભારે લાલચુ અને ઝઘડાખોર હતો. ઘણી વખત પોતાનાથી નબળા કૂતરા પાસેથી ખાવાનું પડાવી લેતો. એક દિવસ તેણે એક રોટલો મળ્યો ને તે રાજી રાજી થઈ ગયો. તેણે રોટલો મોંમાં લીધો. તેને થયું, 'થોડે દૂર જઈને નિરાંતે રોટલો ખાઈશ.' તે ભાગ્યો અને દોડતો દોડતો ગામના છેવાડે પહોંચી ગયો. ત્યાં નદી વહેતી હતી.

વધુ સલામત જગાએ પહોંચવા તે નદી ઓળંગીને સામેના કિનારે જવા તૈયાર થયો. કૂતરાની નજર નદીના પાણીમાં ગઈ. તેણે પાણીમાં પોતાનું પ્રતિબિંબ જોયું. પ્રતિબિંબ જોઈને તેને લાગ્યું કે નીચે બીજો કૂતરો ઊભો છે અને તેના મોંમાં પણ રોટલો છે.

બીજા કૂતરાના મોમાં રોટલાને જોઈને તેને લાલચ થઈ આવી કે 'લાવ આ કૂતરાનો પણ રોટલો પડાવી લઉં તો મને બે રોટલા ખાવા મળે.' એવું વિચારી બીજા કૂતરાને બીવડાવવા માટે ભસવા તેનું મોં ખોલ્યું કે તેના મોંમાંથી રોટલો નદીના ઊંડા પાણીમાં પડી ગયો.

કૂતરાને ભાન થયું, 'આ તો મેં ખોટું કર્યું. બીજાનો રોટલો ઝૂંટવવા જતાં મેં મારો રોટલો પણ ગુમાવ્યો.'

સાચી વાત છે કે લાલચનું પરિણામ ખરાબ જ આવે.

# 35
# સૌથી મોટું ઈનામ

એક વરુ હતું. એક દિવસ તે શિકાર કરીને ખાતું હતું ત્યારે ઉતાવળમાં તેના ગળામાં નાનું હાડકું ફસાઈ ગયું. એણે હાડકાને બહાર કાઢવા ઘણી મહેનત કરી પણ હાડકું બહાર નીકળ્યું નહિ.તેને થયું કે જો આ હાડકું નહિ નીકળે તો હું ભૂખ અને તરસથી મરી જઈશ! તે જંગલનાં બધાં પ્રાણીને કહેવા લાગ્યું, 'મારા ગળામાંથી હાડકું કાઢી આપો ને?'પણ બધાં પ્રાણીઓએ એને કહ્યું કે અમે નહિ કાઢી આપીએ.

વરુને ગળામાં ખૂબ જ દુઃખવા લાગ્યું. તે બરાડા પાડતું નદી કિનારે આવી પહોંચ્યું. ત્યાં એક બગલો ઊભો હતો.

વરુએ બગલાને કહ્યું,'બગલાભાઈ, મારા ગળામાં ફસાયેલ હાડકું કાઢી આપો, હું તમને મોટું ઈનામ આપીશ.'

વરુ પોતાનું મોં ખલ્લું રાખીને બેઠો હતો. બગલાભાઈએ ઈનામની લાલચે વરુના મોંમા તેની ચાંચ નાખી ખૂબ મહેનત કરીને વરુના ગળામાંથી હાડકું બહાર કાઢ્યું. વરુને રાહત થઈ.

બગલો કહે, 'વરુભાઈ, મને મારું ઈનામ આપી દો.'

વરુ ઘૂરક્યો, 'અલ્યા બગલા! તું ઈનામથી વાત ભૂલી જા. મારા મોંમાંથી કોઈ બચ્યું છે ખરું ? તારી ડોક મારા મોમાં હતી તોય હું તને મારીને ખાઈ ન ગયો એટલે તારે મારો આભાર માનવો જોઈએ. તું બચી ગયો છે, આથી વધુ સારું ઈનામ હું તને બીજું શું આપું, બોલ?'

બગલો શું બોલે? મોં વકાસીને બેસી રહ્યો. વરુ ત્યાંથી જતું રહ્યું.

# 36

# શેરડીનો સ્વાદ

હાથીને શેરડી બહુ ભાવે. એક દિવસ હાથી શેરડીના ખેતરે પહોંચી ગયો. ખેતરનો માલિક ઘસઘસાટ ઊંઘી ગયો હતો. હાથીએ પેટ ભરીને શેરડી ખાધી. હાથીએ હાથણી માટે શેરડીનો ભારો પોતાની પીઠ પર લીધો.

દૂરથી શિયાળે હાથીને આવતો જોયો. તેની પાસેનો શેરડીનો ભારો જોઈ શિયાળને પણ શેરડી ખાવાનું મન થયું.

થોડીવારમાં હાથી શિયાળ પાસે આવી ગયો. શિયાળે દયામણો અવાજ કાઢી કહ્યું, 'અરે ઓ હાથીભાઈ, તમે ખૂબ દયાળુ છો. મને થોડી મદદ કરશો?'

હાથી કહે, 'બોલ, તારે મારી શી મદદ જોઈએ છે?'

શિયાળ કહે, 'હું ખૂબ બીમાર છું. મને તમારી પીઠ પર બેસાડી આગળના રસ્તે ઉતારી દેજો.'

હાથી કહે, 'એમાં શી મોટી વાત છે. એક કરતાં બે ભલા.' કહી શિયાળને પોતાની પીઠ પર બેસાડી દીધો. શિયાળ હાથી ઉપર બેસી શેરડી ખાવા લાગ્યું. શેરડીના સાંઠા ખાલી થતા ગયા તેમ શિયાળે રસ્તામાં આવતા ઝાડની ડાળીઓ કાપતો ગયો. ને તેને શેરડીના સાંઠાની જગ્યાએ મૂકતો ગયો. શિયાળે ધરાઈને શેરડી ખાધીને કેટલીય શેરડી બગાડી.

શિયાળને તેના રહેઠાણ પાસે ઉતારી હાથી પોતાના ઘેર ગયો. ને હાથણીને કહે, 'લે તારા માટે શેરડીના સાંઠા લાવ્યો છું.' કહી પોતાની પીઠ પરથી ભારો નીચે નાખ્યો. હાથણી કહે, 'આ શેરડી નહિ પણ બળતણ માટેનાં સાંઠીકડાં છે.' હાથી કહે, 'હું તો શેરડી લાવ્યો છું. પણ હા, આ પેલા લુચ્ચા શિયાળનું કામ છે. તે મને છેતરી ગયો છે.'

શિયાળને પાઠ ભણાવવા હાથીએ મધમાખીની રાણી પાસે જઈ બધી વાત કરી. મધમાખીની રાણીએ મધપૂડાઓની બધી માખીઓ એક મોટી થેલીમાં ભરી. હાથીને આપતાં રાણી બોલી, 'આ થેલી તમારી પીઠ પર મૂકજો, એટલે લાલચુ શિયાળ થેલી જોઈને લલચાશે.'

હાથીએ મધમાખીથી ભરેલી થેલી પીઠ પર મૂકી. તે શિયાળના રહેઠાણ પાસે પહોંચ્યો. શિયાળ હાથીને અને તેની પીઠ પરની થેલી જોઈને ખુશ થઈ ગયો. પહેલાની માફક જ તે ફરી હાથીની પીઠ પર જઈ બેઠો. તેને થયું થેલીમાં ગોળ હશે. શિયાળે થેલીના મોંની દોરી ખોલી ખાવા માટે હાથ નાખ્યો. ઘણા લાંબા સમયથી અંદર પુરાયેલ મધમખીઓ ફુવારાની જેમ થેલીમાંથી ઊડીને ડંખ દેવા લાગી. શિયાળે પીડાથી બૂમો પાડી, 'હાથીભાઈ મને જલદી નીચે ઉતારો, મારી ભૂલ થઈ ગઈ. હવે ક્યારેય પણ ચોરી નહિ કરું.' હાથી નીચે બેઠો એટલે શિયાળ પીઠ પરથી ઊતરી ગયો.

હાથી કહે, 'ચાલ્યો જા અહીંથી. ક્યારેય પાછો આવીશ નહિ.'

હાથીએ મધમાખીઓનો આભાર માન્યો ને તે પોતાને ઘેર ગયો.

# 37

# ચતુર કાગડો

એક કાગડો હતો. ઉનાળાના દિવસોમાં ઊડતો ઊડતો તે ઘણે દૂર નીકળી ગયો. એવામાં તેને બહુ જ તરસ લાગી. તરસથી તેનો કંઠ શોષાવા લાગ્યો. આજુબાજુ કોઈ નદી કે તળાવ ન હતા.

પાણીની શોધમાં તે આમતેમ ભટકવા માંડ્યો. ઘણી શોધ કરવા છતાં તેને પાણી મળ્યું નહિ.

અચાનક તેની નજર એક કોઠી પર પડી. તેના આનંદનો પાર ન રહ્યો. ઝડપથી તે કોઠી પાસે પહોંચી ગયો. તેને થયું મહેનતનું ફળ મળ્યું ખરું!

જુએ તો કોઠીમાં પાણી તો હતું પણ ઠીક ઠીક નીચે હતું. તરસ્યા કાગડાએ પાણી પીવા ડોક લંબાવી પણ તેની ચાંચ પાણી સુધી પહોંચી નહિ.

પાણી પીવા તેણે ઘણી મહેનત કરી. ખૂબ ઊંચો નીચો થયો,પરંતુ બધી જ મહેનત નકામી ગઈ.

પણ તે હિંમત ન હાર્યો. ખંતથી કામ લેવાનું તેણે નક્કી કર્યું. કોઈપણ યુક્તિ કરીને તરસ છીપાવવી એમ તેણે વિચાર્યું.

તે ચતુર હતો. તેણે આજુબાજુ નજર કરી. બાજુમાં કાંકરાનો ઢગલો પડેલો હતો તે જોઈને તે મનમાં હરખાયો. તેને યુક્તિ સૂઝી ગઈ.

જો કે એમાં ઘણી જ ધીરજ અને મહેનતની જરૂર હતી. તરસે મરવા કરતાં મહેનત કરવી સારી એમ વિચારી તેણે ઢગલામાંથી ચાંચથી

કાંકરો ઉપાડ્યો. કાંકરાને કોઠીમાં નાખ્યો. તેણે વારાફરતી ઊડી ઊડીને કાંકરા કોઠીમાં નાખવા માંડ્યા.

કોઠીમાં કાંકરા જેમ જેમ પડતા ગયા. તેમ તેમ કોઠીનું પાણી ઊંચે આવતું ગયું. પાણી છેક કાંઠા સુધી ઉપર આવ્યું ત્યાં સુધી કાંકરા નાંખ્યા.

કાગડાએ ચાંચ બોળી ધરાઈને પાણી પીધું. પેટ ભરીને પાણી પી ખુશ થતો પોતાના મુકામ તરફ ઊડી ગયો.

જ્યાં ચતુરાઈ અને મહેનત બન્ને સાથે હોય ત્યાં ગમે તેટલું અઘરું કામ પણ અઘરું રહેતું નથી.

# 38
# બોલતી ગુફા

એક જંગલ હતું. એ જંગલમાં એક શિયાળ ગુફા બનાવીને રહેતું હતું. શિયાળ દિવસે શિકાર કરવા જંગલમાં રખડે ને સાંજે ગુફામાં આવીને સૂઈ રહે.

એક દિવસ શિયાળ ગુફાની બહાર ગયું હતું ત્યારે એક અજાણ્યો સિંહ ફરતો ફરતો શિયાળની ગુફા પાસે આવ્યો. તે ભારે આળસુ હતો. તેણે વિચાર કર્યો. 'અત્યારે હું ગુફામાં બેસી જાઉં. જેની ગુફા હશે તે આવશે એટલે તેને ખાઈ જઈશ.' સિંહ ગુફામાં જઈ બેસી ગયો.

સાંજે શિયાળ આવ્યું. એણે માટીમાં ગુફા તરફ જતાં સિંહના પગલાંની છાપ જોઈ. તેણે વિચાર્યું કે સિંહના પગલા ગુફામાં જતાં દેખાય છે પણ બહાર નીકળતાં પગલાં દેખાતાં નથી. માટે સિંહ ગુફામાં જ છે. શિયાળ ચેતી ગયું. તેણે નક્કી કર્યું, 'અત્યારે ગુફામાં જવાય નહિ.'

આથી શિયાળ ગુફાથી થોડે દૂર જઈને બેઠું. થોડીવાર સુધી કોઈને બહાર નીકળતા જોયું નહિ, એટલે તેણે એક યુક્તિ કરી. ગુફાને કહેતું હોય તેમ શિયાળ બોલ્યું, 'ગુફા રે ગુફા! આજે કેમ બોલી નહિ? રોજ તો હું આવું ત્યારે તું બોલે છે કે આવો! આવો! આજે તને શું થયું છે? તું નહિ બોલે તો હું પાછું ચાલ્યું જઈશ.'

સિંહ વિચારમાં પડ્યો, 'ગુફા રોજ શિયાળને આવકાર આપતી હશે પરંતુ આજે મારી બીકને લીધે ગુફા બોલતી નથી. તો લાવ ગુફાને બદલે હું જ બોલું. નહિ બોલું તો હાથમાં આવેલો શિકાર જતો રહેશે'

એટલે સિંહ બોલ્યો, 'આવો! આવો!'

સિંહનો અવાજ સાંભળી શિયાળને ખાતરી થઈ ગઈ કે તેનું અનુમાન સાચું છે. તેથી તે ત્યાંથી ઊભી પૂછડિયે ભાગ્યું.

થોડીવાર થઈ. શિયાળ ગુફામાં આવ્યું નહિ. એટલે સિંહ ગુફામાંથી બહાર આવ્યો. જોયું તો શિયાળ દેખાયું નહિ. આમ સિંહ ભૂખ્યો રહ્યો. સિંહને ખોરાકની શોધમાં આખરે ગુફા છોડવી પડી. શિયાળની યુક્તિ સફળ થઈ. શિયાળ બચી ગયું.

શિયાળ બોલ્યું, 'જે ચેતીને ચાલે એને પસ્તાવાનો વારો કદી ન આવે.'

# 39

# શિયાળનો ન્યાય

એક પંડિતજી હતા. તે ભારે દયાળુ હતા. એક દિવસ તે બહારગામ જવા નીકળ્યા. ચાલતાં ચાલતાં જંગલ આવ્યું. જંગલમાં એમણે પાંજરામાં પુરાયેલો સિંહ જોયો.

સિંહે પંડિતજીને જોઈને વિનંતી કરી, 'હે પંડિતજી! તમે તો દયાળુ છો. મને પીંજરામાંથી બહાર કાઢો. તમને હું સોનામહોરથી ભરેલી થેલી આપીશ!'

પંડિતજીને થયું, સોનામહોરથી ભરેલી થેલી! વાહ! મારું નસીબ ઊઘડી ગયું. પંડિતજીએ લાંબો વિચાર કર્યા વિના સિંહને પાંજરામાંથી બહાર કાઢ્યો. બહાર નીકળ્યો એટલે સિંહ કહે, 'મને ભૂખ લાગી છે. હવે હું તમને ખાઈ જઈશ.'

પંડિતજી બહુ કગરર્યા પણ સિંહ કહે, 'ના હું તો તમને ખાઈશ.' એટલામાં ત્યાં એક શિયાળ આવ્યું. પંડિતજીએ બધી વાત તેને કરી, પોતાનો ન્યાય કરવા કહ્યું.

શિયાળ કહે, 'ન્યાય કરવો ખૂબ અઘરો છે. તમે મને સમજાવો કે સિંહ પહેલાં ક્યાં હતો ને પંડિતજી તમે ક્યાં હતાં?'

આવું સાંભળી સિંહ ફૂદકો મારી પાંજરામાં જઈ ઊભો રહ્યો ને બોલ્યો, 'હું પહેલા અહીં ઊભો હતો.'

પંડિતજીએ સિંહને પાંજરાંમાંથી કઈ રીતે બહાર કાઢ્યો તે સમજાવ્યું. શિયાળે પાંજરા પાસે જઈ તેનો દરવાજો બંધ કરી દીધો ને

બોલ્યું, 'સિંહરાજ તમે પાંજરામાં હતા ત્યારે આમ જ દરવાજો બંધ હતો ને?'

સિંહે કહ્યું, 'હા.'

શિયાળ બોલ્યું, 'પંડિતજી તમે હવે આગળ ચાલવા માંડો. સિંહ ઉપર તમે ઉપકાર કર્યો છતાં તે તમને મારી નાખવા તૈયાર થયો તેથી સિંહરાજ પાંજરામાં જ સારા' એમ કહીને તે પણ જંગલમાં જતું રહ્યું.

વગર વિચારે જાતે ઊભી કરેલી આફતમાંથી પંડિતજી ઉગરી ગયા.

# 40

# ચકલા ચકલીની વાર્તા

એક હતો ચકો અને એક હતી ચકી. ચકી લાવી ચોખાનો દાણો અને ચકો લાવ્યો મગનો દાણો. ચકલીએ તો એની ખીચડી રાંધી. ચૂલે ખીચડી મૂકી ચકીબાઈ પાણી ભરવા ગઈ. ચકલાને એ કહેતી ગઈ :

'જરા ખીચડીનું ધ્યાન રાખજો. દાઝી ન જાય.'

ચકલો કહે : 'ઠીક.'

ચકી ગઈ પછી ચકલાને ભૂખ લાગી. ખીચડી કાચીપાકી હતી તો ય ચકાભાઈ ખાઈ ગયા. ખાધા પછી ચકલી ખીજાશે એવો ડર લાગ્યો એટલે ચકાભાઈ આંખે પાટા બાંધીને સૂઈ ગયા.

ચકીબાઈ પાણી ભરીને આવ્યા અને જૂએ તો ચકાભાઈ આંખે પાટા બાંધીને સૂતા હતા. ચકીએ પૂછ્યું : 'કેમ ઠીક નથી ?'

ચકો કહે : 'મારી તો આંખો દુઃખે છે એટલે હું આંખે પાટા બાંધીને સૂતો છું.'

ચકી પાણીનું બેડું ઉતારી રસોડામાં ગઈ. તપેલું નીચે ઉતાર્યું અને જોયું તો તેમાં ખીચડી ન મળે !

ચકી કહે : 'ચકારાણા, ચકારાણા ! આ ખીચડી કોણ ખાઈ ગયું ?'

ચકો કહે : 'મને તો કંઈ ખબર નથી. રાજાનો કૂતરો આવ્યો હતો તે ખાઈ ગયો હશે.'

ચકલી તો ગઈ રાજાની પાસે ફરિયાદ કરવા ગઈ. જઈને કહે :

'રાજાજી, રાજાજી ! તમારો કાળિયો કૂતરો મારી ખીચડી ખાઈ ગયો.'

રાજા કહે : 'બોલાવો કાળિયા કૂતરાને. ચકલીની ખીચડી કેમ ખાઈ ગયો ?'

કૂતરો કહે : મેં ચકલીની ખીચડી ખાધી નથી. ચકાએ ખાધી હશે ને ખોટું બોલતો હશે.'

ચકો આવ્યો ને કહે : 'મેં ખીચડી નથી ખાધી. કૂતરાએ ખાધી હશે.'

રાજા કહે : 'એલા સિપાઈ ક્યાં છે ? આ ચકલાનું અને કૂતરાનું બેઉનું પેટ ચીરો, એટલે જેણે ખીચડી ખાધી હશે એના પેટમાંથી નીકળશે.'

કૂતરો કહે : 'ભલે, ચીરો મારું પેટ; ખાધી હશે તો નીકળશે ને ?'

પણ ચકલો બી ગયો. ખીચડી તો એણે જ ખાધી હતી. એ તો ધ્રૂજવા લાગ્યો અને બોલ્યો : 'ભાઈસા'બ ! ખીચડી મેં ખાધી છે. હું ખોટું બોલ્યો હતો. મારો ગુનો માફ કરો.'

રાજા તો ખિજાયો એટલે એણે ચકલાને કૂવામાં નંખાવ્યો.

ચકલી તો કૂવા ઉપર બેઠી બેઠી રોવા માંડી. ત્યાં ગાયોનો ગોવાળ નીકળ્યો. ચકી કહે :

ભાઈ ગાયોના ગોવાળ
ભાઈ ગાયોના ગોવાળ
મારા ચકારાણાને કાઢો તો
તમને ખીર ને પોળી ખવડાવું

ગાયોનો ગોવાળ કહે : 'બાપુ હું કાંઈ નવરો નથી કે તારા ચકલાને કાઢું. મારે ઘણું કામ છે. હું તો મારે આ ચાલ્યો..'

એમ કહીને ગાયોનો ગોવાળ તો ચાલ્યો ગયો. ચકલી ત્યાં રાહ જોઈને બેઠી. થોડી વારે ત્યાંથી ભેંશોનો ગોવાળ નીકળ્યો. ચકી કહે :

ભાઈ ભેંશોના ગોવાળ
ભાઈ ભેંશોના ગોવાળ
મારા ચકારાણાને કાઢો તો
તમને ખીર ને પોળી ખવડાવું

ભેંશોના ગોવાળે તો ચકીને કોઈ દાદ આપી નહિ. પછી ત્યાંથી એક સાંઢીયાની ગોવાળણ નીકળી. એને ચકલીની દયા આવી એટલે એણે

ચકલાને કૂવામાંથી બહાર કાઢ્યો.

કૂવામાંથી બહાર નીકળ્યા પછી ચકલાને પોતે ખોટું બોલ્યાનો ઘણો પસ્તાવો થયો. ચકા ચકી બન્નેએ સાથે મળી સરસ મજાની ખીર ને પોળી બનાવી સાંઢીયાની ગોવાળણને પેટ ભરીને ખવડાવ્યું અને પોતે પણ ખાધું, પીધું ને મજા કરી.

www.ingramcontent.com/pod-product-compliance
Lightning Source LLC
LaVergne TN
LVHW060301051026
849517LV00003B/902
* 9 7 9 8 8 8 7 8 3 1 8 5 5 *